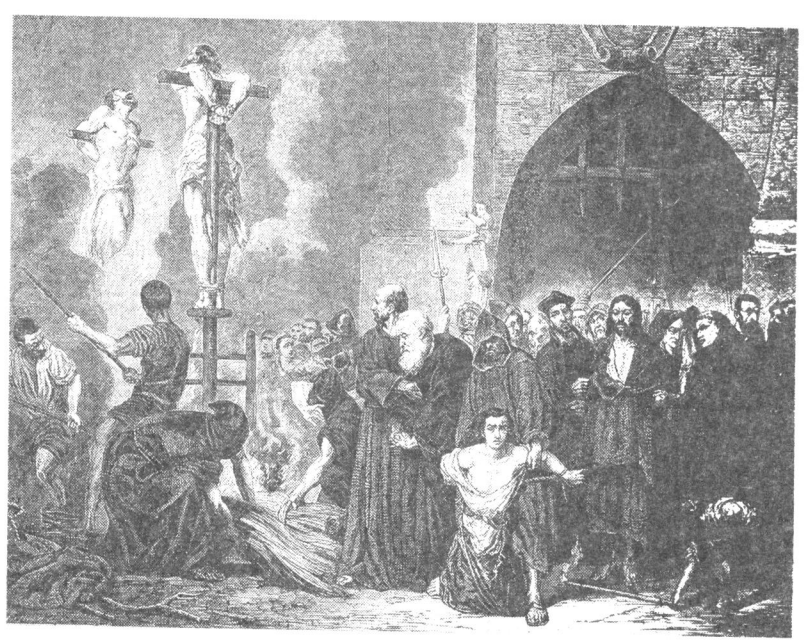

கலிலியோ

Galileo *(in Tamil)*
S.Sivadoss
Our First Published: September, 2021
BOOKS FOR CHILDREN
imprint of Bharathi Puthakalayam
7, Elango Salai, Teynampet, Chennai - 600 018
Email: bharathiputhakalayam@gmail.com | www.thamizhbooks.com

கலிலியோ

எஸ்.சிவதாஸ்

எமது முதல் பதிப்பு: செப்டம்பர், 2021 (*நன்றி: அறிவியல் வெளியீடு: ஏப். 2000*)

வெளியீடு:

BOOKS FOR CHILDREN

புக்ஸ் ஃபார் சில்ரன் – பாரதி புத்தகாலயத்தின் ஓர் அங்கம்
7, இளங்கோ சாலை, தேனாம்பேட்டை, சென்னை – 600 018
தொலைபேசி : 044 24332424, 24332924, 24356935
விற்பனை உரிமை

பாரதி புத்தகாலயம்

விற்பனை நிலையங்கள்
மதுரை: 37A, பெரியார் பேருந்து நிலையம் - *045 22324674*
ஈரோடு: *39: 39* ஸ்டேட் பாங்க் சாலை - *9245448353*
திண்டுக்கல்: பேருந்து நிலையம் - *9942331105, 9976053719*
பழனி: பேருந்து நிலையம் அருகில் - *9442883696*
திருப்பூர்: *447,* அவினாசி சாலை - *9486105018*
சேலம்: பாலம் 35, அத்வைத ஆஸ்ரமம் சாலை *0427 2335952*
திருவல்லிக்கேணி: *48,* தேரடி தெரு - *9444428358*
வடபழனி: பேருந்து நிலையம் எதிரில் அடையார்
ஆனந்தபவன் மாடியில் - *9444476967*
பெரம்பூர்: *52,* கூக்ஸ் ரோடு - *9444373716*
திருவாரூர்: *35,* நேதாஜி சாலை - *9442540543*
சேலம்: *15,* வித்யாலயா சாலை சாலை
திருநெல்வேலி: *25* A, ராஜேந்திரநகர் - *944?149981*
அருப்புக்கோட்டை: *49* A/4 மெயின் ரோடு, தெற்கு தெரு, -*9994173551*
மதுரை: சர்வோதயா மெயின்ரோடு
குன்னூர்: N.K.N வணிக வளாகம் பெட்போர்ட்
செங்கல்பட்டு: 1 D ஜி.எஸ்.டி சாலை - *044 27426964*
விருதுநகர்: *131,* கச்சேரி சாலை - *0456 2245300*
கும்பகோணம்: *352,* ரயில் நிலையம் எதிரில் - *9443995061*
வேலூர்: பேஸ் III, சத்துவாச்சாரி - *9442553893*
நெய்வேலி: பேருந்து நிலையம் அருகில், - *9443659147*
தஞ்சாவூர்: காந்திஜி வணிக வளாகம் காந்திஜி சாலை - *9655542400*
கோவை: *77,* மசக்காளிபாளையம் ரோடு, பீளமேடு - *8903707294*
திருச்சி: வெண்மணி இல்லம், கரூர் புறவழிச்சாலை - *9994289492*
திருவண்ணாமலை: முத்தம்மாள் நகர்
நாகர்கோவில்: *699* கே.பி.ரோடு R.V.புரம் - *9443450111*
சிதம்பரம்: *11 / 28* வெள்ள திறந்தான் தெரு, - *9994399347*
கரூர்: நாரத கானசபா அருகில் (TNGEA OFFICE)- *9442706676*
காரைக்குடி: *12, 2* வது தெரு, கம்பன் மணிமண்டபம் பின்புறம் - *9443406150*

நினைத்த நூல்கள்... நினைத்த நேரத்தில்... thamizhbooks.com 8778073949

ரூ.60/-

அச்சு : பிரிண்டெக், சென்னை – 600 005.

கலிலியோ

எஸ். சிவதாஸ்

BOOKS FOR CHILDREN

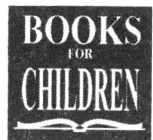

பதிப்புரை

அறிவியலின் வரலாற்றை அறிவியல் பூர்வமாகப் பார்த்தால் பல புதிய உண்மைகள் நமக்குப் புலப்படும். அறிவியலைப் படைத்துள்ள அறிஞர்கள் பட்டியலில் அறிவியலின் வரலாற்றிலும் ஒரு புதிய அத்தியாயத்தைப் படைத்தவனாக இடம் பெறுகிறான். மாபெரும் விஞ்ஞானி கலிலியோ, அறிவியலை நிலைநாட்டவே போராட வேண்டியிருந்தது. அவனது காலத்தில் இன்று நடைமுறை வாழ்வு அறிவியலின் வியத்தகு வளர்ச்சியின் மூலம் அடைப்படையிலேயே மாற்றப்பட்டுள்ளது. இன்றைய மானுட வாழ்வில் இன்றியமையாததாக அமைந்துள்ளது அறிவியல். எனவே அறிவியலை எதிர்க்கும் சக்திகளால் கலிலியோ காலத்தில் செய்தது போல் அறிவியலைப் பகிரங்கமாக எதிர்க்க முடியவில்லை. மாறாக அவை இன்று அறிவியல் தேவைதான் என்றாலும், 'அது மட்டும் போதாது' என்று புதிய பாட்டைப் பாடுகின்றன.

உலகம் முழுவதும் நடந்துவரும் 'அறிவியல் தொழில் நுணுக்கப் புரட்சியின் வீச்சு' அறிவியலின் வெற்றி நடையைப் பறைசாற்றி வருகிறது. அறிவியல் வளர்ச்சியின் விளைவாக இன்று மானுடம் பட்டினியையும் நோயையும் முறியடித்து, உணவு, உடை, உறைவிடம் உட்பட அனைத்துத் தேவைகளையும் அனைத்து மக்களுக்கும் அளித்திடும் சக்தியைப் பெற்றிருக்கிறது. ஆனால், நிலவிவரும் சமூக - பொருளாதார அமைப்புகளில் அறிவியலின் நன்மைகள் முழுமையாக மக்களைச் சென்றடைவதில்லை.

அதுமட்டுமல்ல அறிவியலைத் தவறாகப் பயன்படுத்துவதால் ஏற்படும் தீங்குகள் மக்கள் மத்தியில் அறிவியலைப் பற்றி ஒரு

வெறுப்புணர்வைக் கூடத் தூண்டிவிடுவதுண்டு. சுற்றுப்புறச் சூழல் பாதிப்பு, போபால் துயரம், அணு ஆயுதப் போர் அபாயம் ஆகியவற்றைக் காணும் பொழுது அறிவியல் மீதே சிலருக்கு அச்சம் ஏற்படலாம். ஆனால், மானுட வரலாற்று வளர்ச்சியில் அறிவியல் தொழில் நுணுக்க வளர்ச்சி மையப் பங்கினை வகிக்கிறது. அறிவியலின் தவறான பயன்பாடுகளை எதிர்த்து அறிவியல் பூர்வமாகப் போராடுவதும் அறிவியல் மூலமே வரலாற்று வளர்ச்சி உருவாக்கும் புதிய சிக்கல்களுக்கு விடை காணுவதும்தான் சரியான அணுகுமுறையாக இருக்க முடியும்.

இந்தியா போன்ற ஒரு பின்தங்கிய நாட்டிற்கு இன்றைய அறிவியல் - தொழில் நுணுக்கப் புரட்சி விசேட முக்கியத்துவம் வாய்ந்தது. வளர்ந்து வரும் அறிவியலை நாட்டிற்காகவும் நாட்டு மக்களுக்காகவும் பயன்படுத்த வேண்டும் என்ற ஆர்வத்துடன் இன்று பல அறிவியல் தன்னார்வக் குழுக்கள் செயல்பட்டு வருகின்றன. இவ்வமைப்புகள் அறிவியல் கண்ணோட்டத்தை மக்களிடையே வளர்ப்பதையும் தங்கள் முக்கிய குறிக்கோள்களில் ஒன்றாகக் கொண்டுள்ளன. இதைப் படித்துப் பயன்பெறுவதுடன், வளர்ந்து வரும் அறிவியல் பிரச்சார இயக்கங்களில் தங்களையும் இணைத்துக்கொள்ளுமாறு இந்நூலின் வாசகர்களை அன்புடன் அழைக்கிறேன்.

டாக்டர் வெ.பா.ஆத்ரேயா

அரங்கம் ஒன்று

(ப்ளாரன்சில்** ஒரு பாடசாலை; வகுப்பில் சுமார் 20 மாணவர்கள்; கரும்பலகையின் அருகில் ஆசிரியர் நின்று கொண்டிருக்கிறார். ஆசிரியர் - மாணவர்கள் 16ஆம் நூற்றாண்டில் உள்ளவர்களாகத் தெரிகிறார்கள். கரும்பலகையில் தாடியும், சடையுமான ஒரு மாமுனிவனைப் போன்ற ஒருவருடைய படம் தொங்கவிடப்பட்டிருக்கிறது. பிள்ளைகளின் கவனத்தை தன் பக்கம் திருப்ப ஆசிரியர் மேசையின்மீது தட்டுகிறார்.)

ஆசிரியர்: இது யாருடைய படம்? (யாரும் பேசவில்லை) ஒருவருக்கும் தெரியாதா? சரி, நேற்று நான் யாரைக் குறித்து உங்களுக்குப் பாடம் நடத்தினேன்?

பிள்ளைகள் ஒருமித்து: அரிஸ்டாட்டிலைப் பற்றி.

ஆசிரியர்: தவறு, அப்படி சொல்லக்கூடாது. மகான் அரிஸ்டாட்டில் என்றுதான் சொல்ல வேண்டும். எங்கே எல்லோரும் ஒருமுறை சொல்லுங்கள், மகான் அரிஸ்டாட்டில்.

பிள்ளைகள்: மகான் அரிஸ்டாட்டில்.

ஆசிரியர்: அந்த மகானின் படம்தான் இது. கண்களை மூடி சிந்தனையில் ஆழ்ந்து இருக்கும் இந்தப் படம் எத்தனை கம்பீரமாக இருக்கிறது பார்த்தீர்களா?

ஒரு மாணவன்: பார்த்தாலே தெரிகிறது சார். ஒரு பெரிய சிந்தனையாளரும் மகா பண்டிதருமாகத்தான் இருந்திருக்க வேண்டும்.

ஆசிரியர்: மிகவும் சரி, அவர் விஞ்ஞானத்தின் உயிர் நாடியாக விளங்குகிறார். எத்தனை எத்தனை விஷயங்களை குறித்தெல்லாம் அவர் மிகப் பெரிய இலக்கியங்களைப் படைத்துள்ளார். தத்துவம், தர்ம சாஸ்திரம், தர்க்க இயல், வேதியியல், அரசியல் தந்திரங்கள், இலக்கியம், மனோதத்துவம், முதலிய எண்ணற்ற துறைகள். அதற்கு எல்லையே இல்லை.

இன்னொரு மாணவன்: அப்படி என்றால் அவர் எல்லாவற்றையுமே கரைத்துக் குடித்து தெளிந்து அறிவு பெற்றவர். அப்படித்தானே?

ஆசிரியர்: ஆம். அவர் எல்லாவற்றைப் பற்றியுமே சுயமாக சிந்தித்து எழுதினார். அவற்றைப் படிப்பதும், அப்படியே ஏற்றுக்கொள்வதும் தான் ஒரு நல்ல மாணவனின் கடமை. (பின்னால் ஒரு சப்தம் தொடர்கிறது.)

ஆனால், சார் அது வந்து...

---

* ப்ளாரன்ஸ்: இத்தாலி நாட்டில் உள்ள ஒரு நகரம்.

ஆசிரியர்: அது யார், பின்னால் இருந்து ஒரு சந்தேகக் குரலெழுப்புவது? (சிறுவன் கலிலியோ எழுந்து நிற்கிறான்)

ஆசிரியர்: ஓ! கலிலியோவா? ஏன் உனக்கு நம்பிக்கை ஏற்படவில்லையா?

கலிலியோ: சார் மன்னிக்கணும். நீங்கள் சொன்னதை நான் ஏற்றுக்கொள்கிறேன். அரிஸ்டாட்டிலைப் போலவே வேறொரு அறிவாளியைப் பார்க்க முடியாததுதான். ஆனால்...

ஆசிரியர்: பின் வேறென்ன சந்தேகம்?

கலிலியோ: சார் நீங்கள் நேற்றைக்குக் கற்றுத்தந்த விஷயம் அது தான். அந்தப் பற்களின் எண்ணிக்கையைக் குறைத்த விஷயம்.

(ஆசிரியர் முகத்தில் கொஞ்சம் கொஞ்சமாக கோபம் தோன்றலாயிற்று.)

ஆசிரியர்: ஏன் பற்களுக்கு என்ன? நேற்று நான் என்னச் சொல்லித் தந்தேன். ஆண்களைவிட பெண்களுக்கு பற்கள் குறைவாக இருக்கும் என்பது அரிஸ்டாட்டில் சொன்னது. அது மாத்திரமல்ல, அவர் அதைப் பற்றி விவாதித்து நிரூபித்திருக்கிறார். இதைவிட வேறென்ன வேண்டும். மகான் அரிஸ்டாட்டிலே சொன்ன பிறகும் உனக்கு ஏன் இந்த சந்தேகம்? யார்? அரிஸ்டாட்டிலே இதைச் சொல்லியிருக்கிறார். அப்படியென்றால் சந்தேகத்திற்கே இடமில்லை. அதை ஒத்துக்கொள்ள வேண்டும். புரிந்ததா?

கலிலியோ: சார்... ஆனால் நான் நேற்று வீட்டிற்குப் போனதும் அது சரியா என ஆராய்ந்தேன்.

ஆசிரியர்: இம்! வீட்டிற்குப் போய் அரிஸ்டாட்டில் எழுதிய புத்தகத்தைப் படித்ததும் அப்படியில்லை என்று கண்டுபிடித்துவிட்டாயா? டே பையா, நான் அரிஸ்டாட்டில் நூல்கள் அத்தனையும் படித்து முடித்து எத்தனை வருடங்களுக்குப் பின்னால் நீ பிறந்து இருக்கிறாய் என்று தெரியுமா? முட்டாள்.

(ஆசிரியர் கோபத்தில் துடிக்கிறார். கலிலியோ பயத்துடன், ஆனால் அதேசமயம் திட சித்தத்துடன் ஆசிரியரைப் பார்க்கிறான். பின்னர்)

கலிலியோ: இல்லை சார்... நான் அம்மாவுடையவும், அப்பாவுடையவும் வாயைத் திறந்து எண்ணிப் பார்க்கையில் பற்கள் ஒரே எண்ணிக்கையில் தான் இருக்கக் கண்டேன்.

ஆசிரியர்: (ஏதோ கேட்கக்கூடாததைக் கேட்டதைப் போல்) அட கடவுளே, என் காதுகளையே நம்பமுடியவில்லையே! இங்கே ஒரு சின்னப் பயல் மகானான அரிஸ்டாட்டில் கூறியது சரியா என்று தானாகவே பரீட்சித்துப் பார்ப்பதா... என்ன அநியாயம்? திமிர் பிடித்தவனே!

கலிலியா: சார், மன்னித்து விடுங்கள். அது சரியா என்று நேராகவே தெரிந்துகொள்ளலாம் என நினைத்தேன்.

ஆசிரியர்: (கோபத்துடன், மிக உரத்தக் குரலில்) என்ன என்ன? தெரிந்துகொள்ள நீ எண்ணிப் பார்க்கையில் வித்தியாசம் இல்லை என்று இருந்தால்தான் என்ன? அரிஸ்டாட்டில் கூறியது எப்படித் தவறாக இருக்க முடியும்? மகான் சாக்ரடீஸ் சொல்லியிருக்கிறார், மனம் தான் முக்கியம் என்றும் மனதின் சிந்தனைகள்தான் முக்கியம். அவரது சீடரான பிளேட்டோ ஆராய்ச்சி செய்து பார்ப்பதையே ஆட்சேபித்திருக்கிறார். அது ஒரு மட்டரகமான கலை என்று பிளேட்டோ கூறியிருக்கின்றார். சிந்தனையும் கருத்துகளும்தான் மிக முக்கியமானது... மகானான அரிஸ்டாட்டில் பிளாட்டோவின் சீடர். அவர் தர்க்க இயலின் தந்தையாக விளங்கினார். அவர் சிந்தித்து உறுதிப்படுத்திய விஷயத்தை பரீட்சித்துப் பார்க்கத் துணிந்த நீ ஒரு கெட்டவன். (கோபத்துடன் வகுப்பில் கலிலியோவையும், மற்றவர்களையும் பார்த்து)

இம்மாதிரியான சிந்தனைகள் உன் மனதில் தோன்றாமலிருக்க நான் உன்னைத் தண்டிக்கப் போகிறேன். வா இங்கே!

(கலிலியோ தலை குனிந்தவண்ணம் ஆசிரியரிடம் செல்கிறான். ஆசிரியர் அவனை அடிக்கிறார். அவன் பயத்திலும், ஆசிரியர் கோபத்திலும் நடுங்குகின்றனர். கடைசியில் ஆசிரியர் வகுப்பைப் பார்த்து...)

"இது உங்கள் அனைவருக்குமே ஒரு பாடமாக இருக்கட்டும்..!"

(வகுப்பில் அமைதி நிலவுகிறது. மாணவர்கள் பயத்தில் உறைந்திருக்கின்றனர். ஒரு நிமிடத்திற்குப் பிறகு)

ஆசிரியர்: எல்லோரும் வெளியே சென்று கொஞ்சம் விளையாடிவிட்டு வாருங்கள்.

(ஆசிரியர் உள் நோக்கிச் செல்லுகிறார். பிள்ளைகள் ஒவ்வொருவராக கலிலியோவை வெறுப்புடன் பார்த்துக் கொண்டே வெளியேறுகின்றனர். சிறுவன் கலிலியோ மட்டும் வேதனையை மனதிலடக்கிக் கொண்டு வெளியே பார்த்தபடி நிற்கிறான். அவன் கண்களில் கண்ணீர் துளிகள். அவன் ஏதோ முணுமுணுத்துக்கொண்டான்.)

கலிலியோ: அரிஸ்டாட்டில் ஒரு மகானும் தீர்க்கதரிசியுமானவர். உண்மையில் நான் அவரை ஆராதிக்கிறேன். ஆனால், அந்த பற்கள் விஷயம்.... நான் என் கண்ணால் பார்த்தவை.... அரிஸ்டாட்டிலுக்கும் தவறு நேர்ந்திருக்கலாம் என்று சொல்ல எனக்குத் துணிவில்லை. ஆனால் அதேசமயம் என் இரு கண்களாலும் பார்த்ததை நான் எப்படி நம்பாமலிருக்க முடியும்? அதை வெளியே சொல்வது இவ்வளவு பெரிய குற்றமா?

(இப்படி எண்ணமிட்டவாறே கலிலியோ வெளியே பார்த்துக் கொண்டு நிற்கிறான்.)

(திரை)

அரங்கம் இரண்டு

கலிலியோ ஆராய்ச்சியில் மூழ்கியிருக்கிறார். மேடையில் பல கனமான கட்டிகள். சில விஞ்ஞான ஆராய்ச்சிக்கான சாதனங்கள். இவற்றிடையே அமர்ந்து ஆராய்ந்து கொண்டிருந்த கலிலியோ எழுந்திருக்கிறார். முகத்தில் எதையோ யோசிக்கும் தோற்றம். அவர் நெற்றி சுருங்குவதிலிருந்து அவர் எதையோ ஆழ்ந்து சிந்திப்பதாகத் தெரிகிறது. பார்வை தூரத்தில் எங்கோ நிலை கொள்கிறது. தன்னையே மறந்தநிலை சுயமாகவே, அவரையறியாமலே பல யோசனைகள் அவருக்குத் தோன்றின. எங்கோ தொலை தூரத்தில் பார்வையை பதித்த வண்ணம் அவர் மேடையில் அங்குமிங்கும் (உலாவுகிறார்).

கலிலியோ: இல்லை, என்னை நான் மறைத்து வைக்க விரும்பவில்லை. என்னுடைய ஆராய்ச்சி செய்யும்; சோதனைகள் செய்து பார்க்கும் சுதந்திரத்தை நான் ஒரு போதும் இழக்கத் தயாராயில்லை. என்னுடைய முடிவுகள் அரிஸ்டாட்டிலின் முடிவுகளுக்கு எதிரானதாக இருந்தாலும், நான் அதை தைரியமாக எடுத்துச் சொல்வேன்.

(திடீரென மௌனமாகிறார். கடந்தகால நினைவுகள். தொடையிலுள்ள தழும்புகளைப் பார்க்கிறார். ஒரு நிமிடம் கழித்து மௌனம் கலைகிறது.)

சந்தேகங்களைக் கேட்டதற்காக எனக்குக் கிடைத்த தண்டனையின் சுவடுகள் இன்னும் மாறவில்லை. என்னை ஊமையாக்கிவிட அவர்கள் அனைவரும் எவ்வளவோ முயற்சித்தார்கள்... ஆனால், நான் ஒரு நாளும் பின்னடையப் போவதில்லை. மகான் அரிஸ்டாட்டிலும் தவறு செய்யக்கூடும் என்று சொல்ல எனக்கு உரிமை உண்டு. (ஒரு நிமிட மௌனம். பின்னர்...)

ஸ்டைவின், டிகிரோட் இவர்களும் சோதித்துப் பார்த்துச் சொன்னார்கள் என்பதால் நான் இதை ஏற்றுக்கொள்ளவில்லை. ஆனால், நானே செய்து பார்த்த போது... அவர்கள் செய்தது சரியே. அரிஸ்டாட்டில் சொன்னது தவறாக இருக்கலாம். ஆனால் நான் இதை வெளியே சொன்னால் யாராவது நம்புவார்களா? மக்கள் என்னை கேலி செய்வார்களா? அல்லது அடித்து விரட்டுவார்களா?

(யோசனையில் ஆழ்ந்திருக்கிறார். அப்போது கலிலியோவின் நண்பன் கில்பர்ட் மேடைக்கு வருகிறார்.)

கில்பர்ட்: என்ன பெரிதும் சிந்தனையில் ஆழ்ந்திருக்கிறாய் போலிருக்கிறதே. யாருடனோ சண்டைபோட திட்டமிட்டுக் கொண்டிருக்கிறாயோ? டேய், பேசாமல் ஒரு வேலையை தேடிக்கொண்டு இரவில் ஒரு 'பாட்டில்' அடித்துவிட்டு சுகமாய் கிடந்து

உறங்கும்போது... ஹா! அதைவிட வேறு என்ன வேண்டும். என்னைப்பார்த்தாவது எப்படி சுகமாக வாழவேண்டும் என்று கற்றுக் கொள்ளக்கூடாதா?

(கலிலியோ சிரித்தார். பாசத்துடன் நண்பனின் அருகில் சென்றார்.)

கலிலியோ: கில்பர்ட், ஒன்று கேட்கட்டுமா? இதைப் பார்த்தாயா? இரண்டு கட்டித் துண்டுகள். ஒன்று இரும்பு கட்டி. மற்றொன்று வேறு உலோகத்தால் ஆனது. இரண்டையும் கையிலெடுத்துப் பார்.

(கில்பர்ட் சந்தேகத்துடன் இரண்டையும் கையில் எடுத்துப் பார்க்கிறார். கேள்விக் குறியுடன் கலிலியோவைப் பார்க்கிறார்.)

கலிலியோ: எது அதிகமாக உள்ளது?

கில்பர்ட்: என்னை ஏமாற்ற நினைக்க வேண்டாம். எந்தக் குருடனும் சொல்வானே! மற்றதைவிட இரும்புத்துண்டு பத்து மடங்கு அதிக கனம் உண்டு என்று. பார்ப்பதற்கு இரண்டு ஒன்று போல இருப்பதால் எடையும் சமமாக இருக்கும் என நினைத்தால் அது தவறு.

கலிலியோ: அதுசரி, ஆனால் அந்த இரண்டையும் மேலிருந்து கீழே போடும் போது எது முதலில் தரையைத் தொடும்.

கில்பர்ட்: ஏண்டா டேய்! உனக்கு சாதாரண அறிவுகூட கிடையாதா? கனம் அதிகமுள்ளதுதான் "பட்டுனு" உடனே கீழே விழும். அதில் என்ன உனக்கு இத்தனை சந்தேகம்? பள்ளியில் படித்ததையும் மறந்து விட்டாயா? அரிஸ்டாட்டில் கனம் கூடியதுதான் முதலில் விழும் என்று தானே சொல்லியிருக்கிறார்.

கலிலியோ: சரி! அப்படி கனம் அதிகமான துண்டு முதலில் விழவில்லை என்றால்... அரிஸ்டாட்டிலின் வாதம் தவறு என்று நிரூபித்தால்...

கில்பர்ட்: உனக்கு என்ன பைத்தியமா? அரிஸ்டாட்டிலுக்கு தவறு நேரக்கூடும் என்று இந்த பீசா* சர்வ கலாசாலையில் ஏதாவது பேராசிரியர் எப்போதாவது சொன்னதுண்டா? இல்லை கனவுதான் கண்டிருப்பார்களா?

கலிலியோ: நான் அதை நிரூபித்தால்...

கில்பர்ட்: சாத்தியமில்லாத விஷயத்தில் ஏன் இறங்குகிறாய்?

கலிலியோ: கில்பர்ட். நீ எனக்கு ஒரு உதவி செய்வாயா? நான் இன்று மாலை இந்த இரு உலோகத்துண்டுகளுடன் பீசா கோபுரத்தின் மீது ஏறுவேன். அவை இரண்டையும் ஒரே சமயத்தில் கீழே போட்டு அரிஸ்டாட்டிலின் தத்துவம் தவறு என்று காட்டப் போகின்றேன்.

கில்பர்ட்: டேய், வேண்டாம் இந்த விபரீத விளையாட்டு. நீதான் தலைகுனியப் போகிறாய்.

---

* பீசா சர்வகலாசாலை: இத்தாலியில் பிசா நகரிலுள்ள பல்கலைக்கழகம்.

கலிலியோ: நீ என்னைத் தடுத்தாலும் நான் இதனை செய்யத்தான் போகின்றேன். உனக்கு என் மீது உண்மையான அன்பிருந்தால் எல்லோருக்கும் இந்த நிகழ்ச்சி குறித்து அறிவித்து விடு.

(கில்பர்ட் தலையை தாழ்த்திக் கொண்டு போகிறார். கலிலியோ புன்னகையுடன், சிந்தனையில் மூழ்கி நடைபோடுகிறார்.)

(ஒரு நிமிட அமைதிக்குப் பிறகு திரையின் பின்னணியில் மெல்ல மெல்ல பலர் கூடிவிட்டதின் ஓசைகள் அதிகரித்து வருகிறது. பலர் அங்குமிங்கும் நடப்பதும், ஒருவருக்கொருவர் சந்தேகங்களை பகிர்ந்து கொள்வதும், சூடேறிய விவாதங்களை நடப்பதும் கேட்கிறது.... பின்னர் மெதுவாக திரை உயர்கிறது. ஒரே ஜனக்கூட்டம். அவர்களுடைய பேச்சுக் குரல் ஓங்கி ஒலிக்கிறது.)

ஒருவர்: நான் முன்பே சொல்லவில்லையா? இவன் ஒரு புரட்சிக்காரன் என்று? இவன் என் கூடப் படித்தவன். அப்போதே வகுப்பில் வேண்டாத கேள்விகள் எல்லாம் கேட்டு ஆசிரியரை திணறடிப்பான். அதனால் நல்ல உதையும் வாங்குவான்.

கில்பர்ட்: ஆனால், அவன் ஒரு நேர்மையானவன் என்றுதான்...

இன்னொருவர்: அட! நீ வேற, இவன் ஒரு சரியான முட்டாள். வெறும் முட்டாள்! கனம் அதிகமாக உள்ள பொருள் வேகமாய் விழும் என்று பால் குடிக்கும் பச்சிளம் குழந்தை கூட சொல்லுமே? இதை பொய் என்று நிரூபிக்கப் போகிறானாம்! அவனும் அவன் ஆராய்ச்சியும்...

முதல் மனிதன்: நீ சொல்வது சரிதாண்டா! எவனெவனோ கலாசாலையில் பேராசிரியர்களானால் இப்படித் தானிருக்கும்! அரிஸ்டாட்டில் சொன்னதெல்லாம் தவறு என்று விவரமுள்ள பேராசிரியர் சொல்வானா?

இன்னொருவர்: இந்த ஆளுக்கு ஒரு 'டிகிரி' பட்டம்கூட கிடையாது. டிகிரி வாங்கும் முன்பே படிப்பை நிறுத்திவிட்டான். ஆனால், எதை எதையோ கண்டுபிடித்தான் என்பதால், இவனை நவீன ஆர்க்கிமிடீஸ் என்று புகழத் தொடங்கியிருக்கிறார்கள். இப்படித்தான் இவனுக்கு பேராசிரியர் பதவி வந்தது.

இன்னொருவர்: அது சரியல்ல, அவர் மிகவும் திறமைசாலி. கெட்டிக்காரன் என்பதால்தான்.... இந்த இளம் வயதிலேயே எதையும் ஆராய்ச்சி செய்து கண்டுபிடிக்கும் குணம் கொண்டவன்.

முதல் மனிதன்: அதுதான் நான் சொல்கிறேன், நாமெல்லோரும் அங்கு போவோம்; எல்லோரும் அங்குதான் போகிறார்கள். நாமும் போவோம் வாருங்கள். நாம் கீழே நிற்போம். அவருக்குத் தோல்விதான் என்பது இப்போது தெரிந்து விடுமல்லவா? உடனேயே அவனைப் பிடித்து கீழே கொண்டுவந்து அவன் மூக்கை உடைக்கவேண்டும்.

மற்றொருவன்: அதுதான் சரி! அப்போதுதான் பிள்ளைகள் தவறான வழியில் இழுத்துச் செல்லும் இம்மாதிரி பைத்தியக்காரத்தனத்துக்கு ஒரு முடிவு வரும்.

கில்பர்ட்: ஆனால் அவன் ஒரு அறிவாளி. ஒருவேளை அவன் ஜெயித்துவிட்டால்?

முதல் மனிதன்: அடபோய்யா! அதுதான் இப்போது பார்க்கப் போகிறோமே!

(அவர்கள் நடந்து முன்னேறுகிறார்கள். திரை விழுகிறது. ஒரு நிமிடம் மேடையில் அமைதி. திரைக்குப் பின்னால் கோபுரத்தின் உச்சியின் மீது நிகழும் களேபரம், பலவிதமான சப்தங்கள்)

"அதோ அவன் மேலே ஏறிச் செல்கிறான் பாருங்கள்."

"சரியான பையித்தியம்தான்."

"இவன் இன்று பலருடைய கேலிக்கும் ஆளாகப் போகிறான்!"

"நல்ல உதையும் வாங்கப் போகிறான்!"

"அதோ, உச்சியின் மீது ஏறிவிட்டான்."

"எல்லோரும் கொஞ்சம் அமைதியாயிருங்கள். அவன் அதோ உச்சிக்கு சென்றுவிட்டான். இதோ, இரண்டையும் ஒன்றாக கீழே போடப்போகிறான்."

"அதோ பாருங்களேன்!"

(ஒரு நிமிட நிசப்தம்)

"அதோ, இரண்டு உலோகக் கட்டிகளையும் கீழே போட்டுவிட்டான்!"

"கனம் அதிகமான உலோகக் கட்டிதானே முதலில் விழுகிறது?"

"இல்லை, இரண்டும் ஒரேமாதிரிதான் விழுகிறது என்றுதான் நினைக்கிறேன்."

(இரண்டும் ஒரே சமயத்தில் நிலத்தில் விழுந்த சப்தம். கூடியிருந்த மக்களால் நம்பவே முடியவில்லை. அதிசயப்படுகின்றனர். அது அவர்கள் பேசிக்கொள்வதிலிருந்து தெரிய வருகிறது.)

"ஆகா, பிரமாதம். இரண்டும் ஒன்றாகவே நிலத்தில் விழுந்தது. ஆனால்.."

"இதென்ன! மாயமா? மந்திரமா?"

"ஆமாம் ஏதாவது மந்திர வேலையாகத்தான் இருக்கவேண்டும்"

"ஆனால் நாம்தான் நம் கண்ணாலேயே பார்த்தோமே! கண்கட்டு வித்தை ஒன்றும் நடக்கவில்லையே."

"நான் சொன்னேன் இல்லையா? இவன் ஒரு பெரிய அறிவாளி என்று. சும்மாவா "பிரபு" இவனை பீசாவின் பேராசிரியராக சிபாரிசு செய்திருக்கிறார்."

"சரிதான், கலிலியோவின் கூற்றுதான் உண்மையாக இருக்கும்."

"ஆமாம், அப்படித்தான். அரிஸ்டாட்டிலுக்கு தவறே ஏற்படாது என்று எப்படிச் சொல்ல முடியும்?"

"இவை எல்லாம் இன்றைய இளைஞர்களுடைய வேலை. பெரிய பண்டிதர்களுக்கு எப்படி தவறு நேர முடியும்?" இருந்தாலும் இவன் ஒரு அதிசயப்பிறவிதான்!"

"இதோ, கீழே இறங்கிவருகிறான் பாருங்கள் அவன். ஏதோ சொல்கிறான்; நாம் அங்கே போவோம் வாருங்கள்."

(கொஞ்சம் கொஞ்சமாக சப்தங்கள் குறைந்து அமைதி நிலவுகிறது. பின்னர் திரை உயரும் போது கலிலியோவும் கில்பர்ட்டும் பேசிக் கொண்டிருக்கிறார்கள்.)

கில்பர்ட்: இருந்தாலும், நீ கெட்டிக்காரன்தான். ஆமாம், அது எப்படி, கனம் அதிகம் உள்ள பொருள் சட்டென்று கீழே விழாதிருக்கும்படியாக நீ என்ன செய்தாய்?

கலிலியோ: ஒரு தந்திரமுமில்லை கில்பர்ட், டைவினும், டிகிரோட்டும் 1590இல் இது மாதிரி ஆராய்ச்சி செய்து கூறியதுதான். நானும் சொந்தமாக ஆராய்ச்சி செய்து பார்த்தேன். இரண்டு பொருள்களும் ஒரே சமயத்தில்தான் நிலத்தைத் தொடும் என்று அறிந்ததும், அதை நம்பவும் தைரியமாக வெளியே சொல்லவும் துணிந்தேன். அதோடு அரிஸ்டாட்டிலும் தவறு செய்யக்கூடும் என 'பீசா' சர்வகலாசாலையின் அறிஞர்களுக்கு அறிவுறுத்த வேண்டுமென்பது என் நோக்கம்.

கில்பர்ட்: ஆனால் யாரும் அதை நம்பப்போவதில்லை, நண்பனே!

கலிலியோ: உடனே நம்பிவிட மாட்டார்கள்தான் ஒத்துக் கொள்கிறேன். ஆனால் அவர்கள் அறியாமலே அவர்கள் இதயங்களில் சந்தேக வித்துக்கள் விதைக்கப்பட்டுவிட்டன. இனிமேல், அது மெல்ல மெல்ல முளைவிடும். வளரும். அவர்களை சிந்திக்கத் தூண்டும். காலப்போக்கில் அவர்கள் மாறுவார்கள்.

கில்பர்ட்: அதற்கு எத்தனையோ காலமாகலாம் கலிலியோ. அதுவரை நீ எச்சரிக்கையுடன் இருந்துகொள். இருக்கிற நிலைமையைப் பார்த்தால் உன்னை பழமைவாதிகள் அடித்துக் கொன்றாலும் கொன்று விடுவார்கள்.

கலிலியோ: என்னைத்தான் கொல்ல முடியுமே தவிர வேறு சிந்தனைகளைக் கொல்லமுடியாது. பழைய நம்பிக்கைகளைச் சரியா - தவறா என ஆராயவும், அவை குறித்து சந்தேகங்கள் எழுப்பவும், நாமே ஆராய்ந்து பார்த்து முடிவுக்கு வருவதற்குமான உரிமை- இதைத்தான் நான் இவ்வுலகில் ஏற்படுத்த விரும்புகிறேன். அப்போது தான் புதிய விஞ்ஞானம் வளரும்.

(திரை)

அரங்கம் மூன்று

(மேடையில் கலிலியோவின் தந்தை மரணப்படுக்கையில் இருக்கிறார். பக்கத்தில் சோகத்துடன் கலிலியோ செய்வதறியாது கலங்கி நிற்கிறார். அப்போது கில்பர்ட் வருகிறார்.)

கில்பர்ட்: அப்பா எப்படி இருக்கிறார் கலிலியோ?

(கலிலியோ கில்பர்ட்டை மௌனமாகப் பார்க்கிறார். கில்பர்ட் தந்தையின் படுக்கையினருகில் நாற்காலியில் அமர்கிறார்)

கில்பர்ட்: (தந்தையைப் பார்த்து) எப்படி இருக்கிறீர்கள் ஐயா?

(மரணப் படுக்கையில் இருக்கும் அவர் மிகவும் பலஹீனமாக இருந்தார். கஷ்டப்பட்டு மெதுவாக பேசுகிறார்.)

தந்தை: சொல்வதற்கு என்ன இருக்கிறது கில்பர்ட். (இருமுகிறார்)

கில்பர்ட் : நீங்கள் ஒன்றும் பேச வேண்டாம். அசையாமல் படுத்திருங்கள்.

தந்தை: இனி அதிக நேரம் நான் படுத்திருக்க வேண்டி வராது (ஒரு முறை கலிலியோவையும், கில்பர்ட்டையும் பார்த்து விட்டு) அதி-மேதாவியான ஒரு பிள்ளையைப் பெற்றும் மனநிம்மதியுடன் இறக்க முடியாது வருந்துகிறேன்.

கில்பர்ட்: ஐயா, உங்களுக்கும் விஷயம் தெரியுமா?

தந்தை: நீங்கள் என்னதான் மறைத்தாலும், நான் இந்த படுக்கையில் இருந்தபடியே எல்லாம் தெரிந்துகொண்டேன். இவன் ஏன்தான் அந்தக் கோபுரத்தில் ஏறி இப்படி ஒரு அதிசயத்தைக் காட்டினானோ?

கில்பர்ட்: ஆனால் கலிலியோ வென்றுவிட்டானல்லவா? எல்லார் முன்னிலையிலும் அவன் அதை நிரூபித்தான். எவ்வளவு துணிச்சலான செயல் அது!

தந்தை: அது துணிச்சல் மட்டுமா? எதிரிகளை ஆத்திரமடையச் செய்த செயலுமல்லவா? அதனால் தானே அவர்கள் இவனை கேலி செய்து வகுப்பிலிருந்து விரட்டினர். பேராசிரியர் பதவியும் பறி போனது. குடும்பத்திற்கிருந்த ஒரே வருமானமும் அடைபட்டுவிட்டது. (இருமுகிறார்)

கில்பர்ட்: ஒருவழி அடைப்பட்டால் ஒருவழி திறக்கும் ஐயா. நீங்கள் பேசுவதால் இன்னமும் சோர்வடைவீர்கள். நிம்மதியாக படுத்திருங்கள்.

தந்தை: (அதை காதில் வாங்கிக் கொள்ளாமலே) உனக்குத் தெரியாது கில்பர்ட். பணக் கஷ்டத்தினாலே தான் நான் இவன் படிப்பை நிறுத்தும்படியாயிற்று. பின்னர் இவனது கண்டுபிடிப்புகள் காரணமாக இவனுக்கு வேலை கிடைத்த போது, நான் எத்தனை சந்தோசப்பட்டேன் தெரியுமா? (சில நிமிடங்கள் பேசாமல் படுத்திருந்தார்; முகத்தில்

துயரத்தின் நிழல்) இவன் தான்குடும்பத்தில் மூத்த பிள்ளை. நான் இறந்துவிட்டால், இந்த குடும்ப பாரம் முழுவதும் இவன் தலையில்தான்.

கில்பர்ட்: அதற்கொரு வழி பிறக்கும் ஐயா. எத்தனை அறிவுள்ள ஒரு மகனின் கையில் நீங்கள் உங்கள் குடும்பத்தை ஒப்படைக்கப் போகிறீர்கள். ஒரு பெரிய கணிதமேதையும் சங்கீத விற்பன்னருமான உங்களுக்கு உங்கள் மகனின் திறமை புரியாதா என்ன?

தந்தை: (அவர் அதைக் காதில் வாங்காமலே பழைய நினைவுகளில் மூழ்கியவண்ணம்) இவன் சிறுவயதில் கிறித்தவ மடத்தில் பாதிரியார்களுடன்கூட இருக்கும் போது அவர்களைப் போல மதம் பற்றி படித்து பாதிரியாக மாற விரும்பினான்.

கில்பர்ட்: அப்படியா?

தந்தை: நான்தான் அவனை அதிலிருந்து மீட்டுக் கொண்டுவந்து இவனை ஒரு டாக்டர் ஆக்கவேண்டும் என்ற ஆசையில் வைத்தியத்துறையில் படிக்க வைத்தேன். மேலும் என் சொந்த அனுபவத்திலிருந்து, கணக்கும் சரித்திரமும் படித்தால் தரித்திரம்தான் மிஞ்சும் என எனக்குத் தெரியும். ஆனால், இவனோ மறைந்திருந்தே கணக்கு வகுப்பில் பாடங்களைக் கேட்டு, அந்தத் துறைக்கே போய்விட்டான். அன்று முதல் நான் இந்த மன வேதனை அனுபவிக்கிறேன். (இருமுகிறார்)

கில்பர்ட்: ஆனால் கலிலியோ, கணக்கிலும் விஞ்ஞானத்திலும் அதிசயங்கள் நிகழ்த்தும் போது அதைப் பார்க்கும் உங்களுக்கு பெருமையில்லையா?

தந்தை: (ஒரு துயரப் புன்னகையுடன்) என் மகனின் உயிர்த்தியாகத்தை என்னால் எப்படி முழுமனத்துடன் ஏற்றுக்கொள்ள முடியும்.

கில்பர்ட்: எல்லாம் விதிபோல் நடக்கும் என ஆறுதல் அடையுங்கள். வருங்கால உலகம் கலிலியோவை வாழ்த்தும் போது பண்டிதரான உங்களையும் நினைவு கொள்ளும்.

தந்தை: அது உண்மையே... (கஷ்டத்துடன்) என் மார்பில் ஓர் தாங்கமுடியாத வேதனை... மகனே....

(கலிலியோ தந்தையின் மார்பை தடவிக் கொடுக்கிறார்.)

தந்தை : மகனே! நீயாக யாரோடும் மோதாதே. ஜாக்கிரதையாக இரு!

(தொடர்ந்து பேசமுடியாமல் இருவரையும் படுத்தபடியே பார்க்கிறார். முகத்தில் வேதனை தெரிகிறது. மெல்ல மெல்ல மூச்சு விடவும் முடியாமல் மரண அவஸ்தைப் படுகிறார்..... கலிலியோ இதைப் பார்த்து தந்தையின் மார்பில் முகம் புதைத்து விம்முகிறார். பின்னணியில் சோக கீதம் கேட்கிறது).

(திரை)

அரங்கம் நான்கு

(கில்பர்ட் தன் நண்பர் ஒருவருடன் உரையாடிக் கொண்டிருக்கிறார்.)

கில்பர்ட்: ஒரு கனவு போல்... நம்பவே முடியவில்லை... ஆனால்... நேரில் பார்க்கும்போது எப்படி நம்பாமல் இருப்பது?

நண்பன்: உண்மைதான். இத்தனை குறுகிய காலத்தில் இவ்வளவு பெரிய புகழடைய யாரால் முடியும்? இவர் ஒரு அசாதாரணமான அறிவாளிதான். சந்தேகமேயில்லை.

கில்பர்ட்: பீசா கலாசாலையை விட்டு இவன் துரத்தப்பட்டதை நினைத்துப் பார்... முழுமையாக ஒரு வருடத்திற்குள் * 'பாதுவா" கலாசாலையில் கணித பேராசிரியர் பதவி இவனைத் தேடி வந்ததாக தெரிகிறது.

நண்பன்: அதுவும் இத்தனை கூடுதல் சம்பளத்தில்!

கில்பர்ட்: உள்ள வேலையும் போய்விட்டதால் மனம் நொந்து இவன் தந்தை இறந்துவிட்டார்.

நண்பன்: இன்று இவனுடைய தந்தை மட்டும் உயிரோடு இருந்திருந்தால்...

கில்பர்ட்: ஓ!... இருந்திருந்தால்..... கலிலியோவின் பிரசங்கத்தை கேட்க "பாதுவா" கலாசாலையில் கூடும் படித்த பண்டிதர்களின் கூட்டத்தை பார்த்துவிட்டு ஆனந்த நர்த்தனமே ஆடியிருப்பார். கூட்டம் அதிகமாக திரளுவதால் இப்பொழுதெல்லாம் இரண்டாயிரம் பேருக்குமேல் அமரக்கூடிய பெரிய கூட்டங்களில் தான் இப்பொழுது வகுப்பு நடத்த வேண்டியுள்ளது.

நண்பன் : ஆமாம், அந்தளவிற்கு அவனுடைய சொற்பொழிவு மிக்கதாகவும் கம்பீரமானதாகவும் இருக்கிறதல்லவா! தனது கருத்துகளை நிரூபிக்க எத்தனை புதிய புதிய உபகரணங்களையெல்லாம் கொண்டு வந்து மேடையில் செய்து காட்டுகிறான். அந்த நயமிக்க அதே சமயத்தில் கொட்டுகின்ற அருவிபோல் வேகம் நிறைந்த உரைகள்... இதெல்லாம் நேரில்தான் ரசிக்க வேண்டும். நமது இத்தாலிய மொழிக்கு இத்தனை அழகு உண்டு என்பதே எனக்கு இப்பொழுதுதான் தெரிகிறது.

நண்பன்: உண்மையில் இவன் மிகவும் அதிர்ஷ்டசாலிதான்.

கில்பர்ட்: இம்மாதிரியான அசாதாரணமான தீர்க்க சக்தியுள்ளவர்கள் மிகவும் அபூர்வம்... அதுதான் காரணம். ஆனால் இவன் இந்த

---

* இத்தாலி நாட்டில் பாதுவா நகரிலுள்ள பல்கலைக்கழகம்.

வேகத்தில் புகழ் பெறுவதைப் பார்க்கும் போது எனக்கு உள்ளூர ஒரு பயம் தோன்றுகிறது. தன்னுடைய கருத்துகளை அச்சமில்லாமல் தைரியமாக பேசுகிறவன். பகைவர்களோ ஏராளம்... அவர்கள் இவனை எதிர்க்கத் தொடங்கினால்...

நண்பன்: இல்லை... இல்லை... யாராலும் பிடிக்க முடியாத எட்டாத உயரத்தில் இருக்கிறான் கலிலியோ!

கில்பர்ட்: நான் அவனைப் பார்த்து வெகு நாட்களாகிறது. அதனால் அங்கு போய்வர எண்ணியுள்ளேன். எல்லா விவரமும் தெரிந்து கொள்ளலாமல்லவா?

நண்பன்: ஆம்! உண்மைதான்.

கில்பர்ட்: சும்மாவா! பல்கலைக் கழகத்தில் முதல் ஒரு வருடத்தில் சம்பளத்தை இரட்டிப்பாக கொடுத்தார்கள். அதுமட்டுமா? பின்னர் இருமுறை சம்பளத்தைக் கூட்டினர். மேலும், சம்பளம் 180 புளோரின்களாக இருந்ததை 1000 புளோரின்களாக மாற்றினர். ஒவ்வொரு முறையும் கலிலியோவை பாராட்டியே இந்த ஊதிய உயர்வு அளிக்கப்பட்டது.

(திரை)

அரங்கம் ஐந்து

(மேடையில் ஒளி குன்றியிருக்கிறது. இரவு நேரம். வானத்தில் மினுமினுக்கும் நட்சத்திரங்களும் சந்திரனும் தெரிகிறது. நிலவொளியில் உட்கார்ந்திருக்கும் கலிலியோவின் மீது கொஞ்சம் அதிகமான வெளிச்சம் காட்டப்படுகிறது. கலிலியோ டெலஸ்கோப்பில் ஆகாயத்தை பார்த்துக்கொண்டிருக்கிறார். அவருக்கு இப்போது சுமார் 45 வயதிருக்கலாம். இடையே-

டெலஸ்கோப்பிலிருந்து தன் பார்வையை அகற்றும் போது அவர் முகத்தில் ஒரே சமயத்தில் ஆனந்தம், ஆச்சரியம், அற்புதம் எல்லாம் தோன்ற நிற்கிறார்.)

கலிலியோ: ஹா!... நம்பவே முடியவில்லை. என்ன ஆச்சரியம். கண்ணால் கண்டால் கூட யாரால் நம்பமுடியும்... ஆனால் இதுதான் உண்மை. கட்டுக்கதைகளைப் போல நம்ப முடியாதவையாக இருந்தாலும் முடிவில் ஏற்றுக் கொள்ளப்பட்டு விடும். (இடையே திரும்பவும் டெலஸ்கோப் மூலம் வானத்தைப் பார்க்கிறார்) கடவுளே! இத்தனை அற்புத ரகசியங்களை வானில் ஒளித்து வைத்திருக்கிறாயா? ஆனால் இதனை முதலில் கலிலியோ தான் கண்டு ஆச்சரியப்படவும், உலகிற்கும் எடுத்துச் சொல்லவும் பாக்கியம் பெற்றுள்ளான். (யோசனையில் ஆழ்கிறார்)... இந்த விவரங்கள் ஐரோப்பா முழுதையும் ஒரு கலக்கு கலக்கப் போகிறது. பிரபஞ்சத்தைப் பற்றி மனிதனுக்கு இதுவரை இருந்து வந்த கண்ணோட்டத்தில் பெரும் புரட்சியையே இந்தக் கண்டுபிடிப்பு நிகழ்த்தும்... கில்பர்ட் மாத்திரம் இப்போது இங்கு இருந்தால் அவனுக்கு நான் இவற்றைக் காண்பிப்பேன். (மீண்டும் டெலஸ்கோப்பில் பார்க்கிறார்)... அதோ பாறைக் கூட்டங்கள்... மலை வரிசைகள்...

(அப்போது கில்பர்ட் அங்கு வருகிறார். கடைசியாக கலிலியோ தொலைநோக்கியில் பார்த்துச் சொல்வதைக் கேட்டுக் கொண்டே வருகிறார்.)

கில்பர்ட்: இதென்ன கலிலியோ பைத்தியக்காரன் போல தனக்குத்தானே பேசிக் கொள்கிறாய்? இதென்ன மந்திரக்குழாய்?

கலிலியோ: ஆஹா! கில்பர்ட்டா? சரியான நேரத்தில்தான் வந்திருக்கிறாய், வா! இங்கே அருகில் வா!

(கில்பர்ட் வியப்புடன் அருகில் செல்கிறார்.)

கலிலியோ: அதோ தெரிகிறதே அது என்னவென்று சொல் பார்க்கலாம்?

கில்பர்ட்: ஓ! உனக்கு என்ன ஆயிற்று கலிலியோ? நிலவைக் காட்டி என்ன என்கிறாய்? அதுதான் நிலவு. அழகான இளம்பெண்ணின் முகம் இப்படித்தான் இருக்கும் என்றல்லவா நான் இலக்கிய வகுப்பில் கற்பிக்கின்றேன்.

கலிலியோ: ஹஹ்ஹஹா... (சிரிக்கிறார்) அப்படியா? ரொம்ப சரி. இப்போது இங்கே வந்து இந்தக் குழாய் வழியாக அந்த அழகு நிலவைப் பாரேன். இன்னும் பெரிதாகவும் அருகிலும் தெரியும்.

(கில்பர்ட் தொலை நோக்கியில் சந்திரனைப் பார்த்துவிட்டு)

கில்பர்ட்: இதுவா சந்திரன்? அம்மைத் தழும்புள்ள பெண்ணின் முகம் போலல்லவா இருக்கிறது! (இன்னும் கூர்ந்து பார்த்துவிட்டு) இதெல்லாம் என்ன? ஒரே மேடுகளும், பள்ளங்களும் நிறைந்த இடமாயிருக்கிறதே?

கலிலியோ: (சிரித்துக்கொண்டே) இதுதான் உன் அழகு நிலவின் உண்மை வடிவம்.

கில்பர்ட்: (தலை நிமிர்ந்து இன்னமும் நம்பிக்கை ஏற்படாத முகத் தோற்றத்துடன்) எனக்கு ஒன்றும் புரியவில்லையே! நீ ஒரு நவீன கருவியை கண்டுபிடித்திருப்பது பற்றி கேள்விப்பட்டேன். இதுதானா அது?

கலிலியோ: உண்மையில் இந்தக் கருவியை முதலில் கண்டு பிடித்தது நான் இல்லை.

கில்பர்ட்: பின் என்ன? தேவலோகத்தில் இருந்து யாரும் உனக்கு கொண்டு வந்து கொடுத்தார்களா?

கலிலியோ: சொல்கிறேன் கேள்! மிடில்பர்கில் லிப்பர்ஷே என்ற ஒரு மூக்குக் கண்ணாடி செய்பவர் இது மாதிரி ஒரு கருவியை செய்து போலந்து நாட்டிற்கு கொடுத்ததாக நான் கேள்விப்பட்டேன்.

கில்பர்ட்: அத்தனை தூரம் போய் நீ அதனை வாங்கி வந்தாயா என்ன?

கலிலியோ: அதுதான் இல்லை. நான் அதைப் பற்றிக் கேட்ட அன்று இரவு எனக்கு தூக்கம் வரவில்லை. ஒளி விலகல் (Refraction) குறித்துப் படித்திருந்த அன்றிரவே அதுபோன்ற ஒரு கருவியைச் சுலபமாக செய்யும் முறை புலப்பட்டது.

கில்பர்ட்: மறுநாள் காலை எழுந்த உடனே இந்தக் கருவியைச் செய்தாயாக்கும்.

கலிலியோ: மறுநாள் காலையே நான் இதனை செய்தேன் என்பது உண்மையே. ஆனால் அதற்கு இத்தனை சக்தி இருக்கவில்லை. பின் அதில் சில மாற்றங்கள் செய்தேன்; அது முந்தையதைவிட கூடுதல் சக்தி வாய்ந்ததாக இருந்தது. இப்படித்தான் 32 மடங்கு பெரிதாக்கிக் காட்டும் இத்தொலைநோக்கியை நான் செய்தேன்.

கில்பர்ட்: ஆனாலும், எத்தனையோ தூரத்திலிருக்கும் சந்திரனைத்தான் இந்த தொலைநோக்கி மூலம் பார்க்கிறோம் என்பதனை நம்ப முடியவில்லை... (ஒரு விநாடி யோசித்த பின்)

இதோ இதன் மூலம் நாம் காண்பது உண்மையில் சந்திரன்தான் என்றால்...

கலிலியோ: என்றால்... நமது பழைய கருத்துகள் பூராவும் அடிபட்டுப் போகுமோ என்று பயமா? அடிபட்டுப்போவதென்ன, சுத்தமாக எல்லா கருத்துகளும் வீழ்ந்து அழிந்து போகும்.

கில்பர்ட்: ஆனால், பழைய சித்தாந்தங்களே உண்மை என்று பழமைவாதிகள் வாதிடுவார்களே!

கலிலியோ: அவர்கள் அதையே சொல்லட்டும். நீ இங்கே அருகில் வா! இத்தொலைநோக்கி மூலம் அந்த வான்வெளியைப் பார்.

(கில்பர்ட் கொஞ்சநேரம் அதன் மூலம் வானத்தை பார்க்கிறார். பின்னர் வியப்பு மிகுதியால் கலிலியோவைப் பார்க்கிறார்.)

கலிலியோ: (சிரித்துக் கொண்டே) என்ன நம்ப முடியவில்லையா? வான்வெளி பற்றி நாம் என்னென்ன தவறான எண்ணங்கள் கொண்டிருந்தோம். அவையும் நடசத்திரங்கள் தான் என்று நமக்கு அந்த தொலைநோக்கி காண்பிக்கிறது பார்த்தாயா?

கில்பர்ட்: கலிலியோ, உன்னை நீண்ட காலமாக அறிந்தவன் என்ற வகையில் தான் உன்னை நம்புகிறேன். நீ சொல்பவை எல்லாம் சரியாகத்தான் இருக்கும் என்றும் ஏற்றுக்கொள்கிறேன். ஆனால், இதனை வேறு எத்தனை பேர் நம்புவார்கள்? ஏற்றுக்கொள்வார்கள்?

கலிலியோ: அப்படியானால் நான் கண்டுபிடித்த எல்லாவற்றையும் உனக்குத் தெரியவந்தால்.... கில்பர்ட் உண்மையில் நீ வியப்பில் செயலிழந்து போவாய். ஜனவரி மாதத்தில் வியாழனின் நிலவுகள் நான் கண்டுபிடித்தேன் என்று கேட்டால் நீ என்னை பைத்தியம் என்றுதான் சொல்லுவாய். பூமிக்கு மட்டுமே சந்திரன் என்கின்ற நிலவு உண்டு என்கிற பழைய கருத்து பொய். இது மாதிரியான கண்டுபிடிப்புகள் இன்று உலகையே கலக்கிக் கொண்டிருக்கிறது. கில்பர்ட் இந்த பாதுவா கலாசாலைக்கு நான் வந்து 18 ஆண்டுகள் எவ்வளவு விரைந்து கழிந்துவிட்டன. இந்த நாட்களில் நான் கண்டு பிடித்த ரகசியங்கள் எத்தனை தெரியுமா? இயற்கையின் ரகசியங்கள் என்னை முற்றிலும் புதிய மனிதனாக மாற்றிவிட்டது கில்பர்ட். அர்ஸ்டாட்டிலின் விஞ்ஞானத்துக்குப் புறம்பான அணுகுமுறையை நான் தகர்த்து, புதிய விஞ்ஞான அணுகுமுறையை வழி வகுத்துக் காட்டுவேன். இவ்வுலகில் மறைந்து கிடக்கும் ரகசியங்களை ஒரு புதிய அணுகுமுறை கொண்டு கண்டுபிடிக்கும் முயற்சியில் என் வாழ்வை நான் அர்ப்பணித்துவிட்டேன்.

கில்பர்ட்: இன்று ஏன் இப்படி மகத்தான ஒரு உறுதிமொழியை எடுக்க வேண்டும்? அதுவும் என் முன்னிலையில்.

கலிலியோ: இளம் வயதிலேயே எனக்கு உண்மை எனப்பட்ட விஷயங்கள் பல உண்டு. எதிர்ப்புக்கு பயந்து அன்று நான் வாய்மூடிக் கொண்டிருந்தேன். என் பக்கம் தான் உண்மை என்று நிரூபிக்க அன்று என்னிடம் சோதனைகள் நடத்தி ஆராயப்பட்ட ஆதாரங்கள் இல்லை.

கில்பர்ட்: கலிலியோ! நீ இன்னும் ஒரு போராட்டத்திற்கு தயாராகிக் கொண்டிருக்கிறாய் என்று தோன்றுகிறது. உன் தந்தை இறக்கு முன்னர் சொன்ன வார்த்தைகளை மறந்து விடாதே!

கலிலியோ: ஆனால் கில்பர்ட்! வாழ்க்கையில் ஒவ்வொன்றுக்கும் ஒரு காலம் உண்டு. சில நேரங்களில் சில முடிவுகள் எடுக்கப்பட வேண்டும். நான் இப்போது அத்தகைய ஒரு நிலையில்தான் இருக்கிறேன்.

கில்பர்ட்: எனக்கு ஒன்று புரியவில்லையே!

கலிலியோ: புரியும்படி சொல்கிறேன். கில்பர்ட் கோப்பர்நிகஸின் தத்துவங்கள் பற்றி கேள்விப்பட்டிருக்கிறாயா?

கில்பர்ட்: அட கடவுளே! அது சரி என்றா நீ வாதிடப் போகிறாய்!

கலிலியோ: நானும் ஒரு கத்தோலிக்கன் என்பதை மறந்து விடாதே! சிறு வயதில் மடத்தில் தங்கி படித்த ஒரு உண்மையான கிறிஸ்தவன் நான். என்னுடைய மதத்தோடு மோத எனக்கு என்ன பைத்தியமா? இருப்பினும்...

கில்பர்ட்: இருப்பினும்...?

கலிலியோ: நான் நம்பும் விஞ்ஞான உண்மைகள். அவை முழுக்க சரியானவை என்று எனக்குத் தெரியும். அப்படி இருக்க நான் அதனை உயர்த்திப் பிடிக்காமல் இருப்பது சாத்தியமில்லை.

கில்பர்ட்: அட ஆண்டவனே! நான் இன்னும் என்னென்ன என் காதால் கேட்கப் போகிறேனோ? பூமி அசைவதே இல்லை என்பதுதான் இன்று வரையிலான நம்பிக்கை. அதுமட்டுமா, சூரியன் பூமியைச் சுற்றி வருவதாகவும் நம்பப்படுகிறது; நீ அதனை மாற்றிச் சொல்லப் போகிறாயா? கோப்பர்நிகஸ் இவ்வாறு சொன்னபோது அதற்கு எத்தனை எதிர்ப்புக்கள் எழுந்தன. இதோ என் காலடியில் இருக்கும் பூமி நிலையற்றது; அது சுற்றிக் கொண்டுள்ளது என்று நீயும் வாதிடப் போகிறாயா? இவ்வுலகின் மையம் பூமியல்ல என்று நீ சொல்லப்போகிறாயா? (சிறிது நேரம் யோசித்த பின்) மனிதன் யுகயுகமாய் அந்தப் பழைய நம்பிக்கையில் ஊறி, தலை நிமிர்ந்து இப்பிரபஞ்சத்தை நோக்கி முன்னேறிக் கொண்டிருக்கிறான். பூமிக்கு

அளிக்கப்பட்டுள்ள இந்த நிலையான தலைமை இடத்திற்கு தெய்வத்திடம் நன்றியும் செலுத்தி வந்து கொண்டிருக்கிறான்.

கலிலியோ: கில்பர்ட் நீ இந்த அளவு வேதனை பட வேண்டாம். நம் வேதப் புத்தகத்திற்கு எதிராக நின்று போரிட நான் விரும்பவில்லை. எனக்கு மதத்தின்மீது முழு நம்பிக்கை உண்டு. எனது விஞ்ஞான அடிப்படையிலான நம்பிக்கைகளும் முற்றிலும் சரியானவை என்று நான் அறிவேன். இதோ தொலைநோக்கி மூலம் காணும் காட்சி நிரூபிப்பதும் அதனையே.

எனவே நான் எப்படி இதனை சொல்லாமல் இருக்க முடியும்? மதத்தோடு சேர்த்து குழப்பி இந்த விஞ்ஞான உண்மைகளுக்கு எதிராக கலகம் ஏற்படுத்த வேண்டிய அவசியமே இல்லை.

கில்பர்ட்: ஆனால், இந்த உனது நம்பிக்கைகளும் ஆதாரங்களும், உண்மை உணர்வும் பழமைவாதிகளை எந்த அளவிற்கு உன்னை நம்பச் செய்யும் என்று நீ நினைக்கிறாய்?

(மேடைக்கு ஒரு தூதுவன் ஏறிவந்து கலிலியோவிடம் ஒரு கடிதம் கொடுக்கிறான். கலிலியோ அதைப் பிரித்து படிக்கிறார். படித்ததும் உணர்ச்சிவசப்பட்டு அக்கடிதத்தை கில்பர்ட்டிடம் கொடுக்கிறார். கில்பர்ட் அதனைப் படித்துவிட்டு ஆச்சரியத்துடன் தலை நிமிர்கிறார்)

கில்பர்ட்: என்ன ஆச்சரியம்! தொலைநோக்கி வழியே ஒரு மாய பிரபஞ்சத்தையே மக்கள் அறிவதற்குத் தெளிவுபடுத்திய கலிலியோவை வெனிஸ் சௌட் பாராட்டுகிறதா? அவர்கள் கலிலியோவை ஆயுட்காலம் முழுவதும் ஒரு பேராசிரியராக ஏற்றுக்கொண்டு விட்டதாக அல்லவா எழுதியிருக்கிறது? இந்த 46 ஆவது வயதிலேயே இப்படி ஒரு உயர்ந்த பதவியா? அதுவும் மிக உயர்ந்த வருவாயுடனா? ஆயிரம் ஸ்குடி சம்பளமாமே? அதுவும் எந்தவித நிபந்தனையுமின்றி.... உன்னை எப்படி பாராட்டுவது என்று தெரியவில்லை நண்பா!

(கில்பர்ட் ஆனந்த மிகுதியில் கலிலியோவை கட்டித் தழுவி பின் தொடர்ந்து சொல்லுகிறார்)

அப்படி என்றால் நீ பதுவாயை விட்டு ப்ளாரன்சிற்கு வருகிறாய் அல்லவா?

கலிலியோ: எனக்கு ஆசிரியப் பணி புரிய மிகுந்த விருப்பமே! ஆனால், இந்த புதிய வேலையில் நான் முழு நேரத்திலும் ஆராய்ச்சியிலே ஈடுபட முடியும். அதனால் நான் அங்கு வருகிறேன்.

கில்பர்ட்: என்ன ஒரு சந்தோஷம்! எனது பிரிய நண்பன் கலிலியோ மீண்டும் ப்ளாரன்சில் எனது பக்கத்து வீட்டுக்காரன்! ஆஹா!

(திரை)

அரங்கம் ஆறு

மேடையில் கலிலியோ, கில்பர்ட். கலிலியோவிற்கு தாடி இன்னும் நீளமாக வளர்ந்திருக்கிறது; முகத்தில் ஒரு கனகம்பீரமான தோற்றம் இன்னும் ஆராய்ச்சிகள் செய்ததின் விளைவாகவும், இன்னும் பல இன்னல்கள் அனுபவிக்க நேர்ந்ததின் பலனாகவும் ஏற்பட்ட ஒரு அனுபவமுத்திரைதான் அந்த கம்பீரமான தோற்றம். அதே சமயம் 57 வயதாகியதின் ஒரு தளர்வும் தெரிகிறது. கில்பர்ட்டும் வயதான தோற்றம் தருகிறார். முகத்தில் சோகமும் துன்பமும் கலந்த ஒரு உணர்ச்சி வடிவம்.

கில்பர்ட்: கடைசியில் நான் பயந்தது போல் நடந்துவிட்டது. புகழின் உச்சியில் நின்ற கலிலியோ படுபள்ளத்தில் வீழ்ந்துவிட்டான்.

கலிலியோ: இதெல்லாம் உனது தவறான கண்ணோட்டம். உனக்கு எங்கிருந்து கிடைத்தது? இத்தகவல்கள் எல்லாம் முழுப்பொய்.

கில்பர்ட்: ஆமா, ஆமா, கலிலியோ வெளிப்படையாக தண்டிக்கப்பட்டு ரோமிலிருந்து விரட்டியடிக்கப்பட்டார் என்று இங்கே எந்தத் தெருவிலும் ஒலிப்பதைக் கேட்கலாமே! இனி நீ இங்கே தலை நிமிர்ந்து நடமாட முடியுமா? பின்னரும் நீ இது என் தவறான கண்ணோட்டம் என்கிறாய்? நான் அன்றே சொன்னேன் நினைவிருக்கிறதா? இந்த தொலைநோக்கியையும், உன் கண்டுபிடித்தல்களையும் ரோமிற்கு கொண்டு சொல்ல வேண்டாமென்று சொல்லவில்லையா?

கலிலியோ: ரோமில் நான் தொலை நோக்கியை கொண்டு சென்று காண்பித்ததால் என்ன கெட்டுவிட்டது? திருச்சபையின் நீதிமன்றத்தில் உயர்ந்த நிலையில் உள்ளவர்கள்கூட தொலைநோக்கியின் மூலம் ஆகாயத்தில் அதிசயத்தைப் பார்த்தனரே! எனக்கு புகழாரம்கூட சூட்டினார்கள் தெரியுமா?

கில்பர்ட்: அது சரியே! ஆனால் அதன் பின்னர் என்ன நடந்தது? பெலார்மின்கார்டினால் (போப்) முன்பு உன்னை அழைத்து உனக்கு தடை விதித்தனர்.

கலிலியோ: அப்படி நடந்தது என்னவோ உண்மைதான்! ஆனால் அது நடந்தவற்றின் ஒரு பகுதி மாத்திரம்தான் என்பது உண்மை கில்பர்ட்.

கில்பர்ட்: ஆம்! சொல்லவே வெட்கப்படவேண்டிய விஷயம் அந்த இன்னொரு பக்கம்...

கலிலியோ: நீயே இப்படி பேசலாமா கில்பர்ட்! நிகழ்ச்சிகள் நடந்த சூழ்நிலையை நீ நினைத்துப் பார். கோபர்நிக்கஸின் தத்துவம் எழுந்தது முதலே திருச்சபையின் சட்டதிட்டங்களுக்கும் கோபர் நிக்கஸின் தத்துவத்திற்கும் இடையே உள்ள முரண்பாடு எனக்கு புலப்பட்டது. இந்த சூழலில், எனது பிரசங்கங்களும், கட்டுரைகளும் மிகவும் பிரசித்தி அடைந்தவுடன் நிலைமைகள் இன்னும் மோசமாகி விட்டன. இதனால் பழமைவாதிகளுக்கு இன்னமும் வெறி வந்துவிட்டது.

கில்பர்ட்: நீயும் ஒருபோதும் பின் வாங்கியதில்லை இல்லையா கலிலியோ?

கலிலியோ: உண்மைதான்! வேதநூலின் நிழலின் அவர்கள் என்னைத் தாக்கத் தொடங்கிய போது நானும் அவர்களை எதிர்த்து நின்றேன். என்னுடைய வாதங்களை நானாக விரிவாக விளக்கினேன்.

கில்பர்ட்: எனினும் நீ தோற்றுத்தானே போனாய், மேலும் உனக்கு ஏன் இத்தனை கர்வம்?

கலிலியோ: யாரும் தோற்கவுமில்லை, ஜெயிக்கவுமில்லை கில்பர்ட். இருதரப்பு வாதங்களையும் கேட்டது மதத்தலைவர்கள் என்பதை மறந்து விட வேண்டாம். அவர்களுக்கு விஞ்ஞானம் பற்றி அறிவோ மிகவும் குறைவு. நிலைத்து நிற்கும் சூரியன்தான் உலகின் மையம் என்று கூறும் வாதம் முட்டாள்தனமானது என்பதுதான். அவர்களின் முடிவு, அதாவது பூமிக்கு இடைவிடாத இயக்கம் உண்டு என்பதை அவர்கள் மறுக்கின்றனர். இந்த இரு உண்மைகளுமே மத விரோதமானது என்று தீர்ப்பளித்துள்ளனர்.

கில்பர்ட்: அப்படியானால் நீ தோல்விதானே அடைந்துவிட்டாய்?

கலிலியோ: காலம் மாறும் கில்பர்ட். நமது மதம் மட்டுமல்லாமல், உலகின் அனைத்து மதங்களும் என்னுடைய கண்டுபிடிப்புகளை ஏற்றுக்கொள்ளும் காலம் நிச்சயம் வரும். என்றாலும், யுகயுகமாக பின்பற்றி வந்த நம்பிக்கைகளில் ஊறிவந்தவர்கள் புதிய சிந்தனையை உடனே ஏற்றுக்கொள்வார்கள் என்று நீ எப்படி எதிர்பார்க்கிறாய்?

கில்பர்ட்: நமக்குள்ளே நாம் பேசிக்கொள்ள முடியும், ஆனால் பொதுமக்கள்...

கலிலியோ: பொதுமக்களுக்குத் தெரிந்ததெல்லாம் நான் தண்டிக்கப்பட்டது மட்டும்தான், இல்லையா கில்பர்ட்? பெல்லார்மின் திருச்சபை அரண்மனைக்கு அழைத்துச் சென்று கோப்பர்நிக்கஸின் தத்துவங்களை ஏற்றுக்கொள்வதோ, கற்றுக் கொடுப்பதோ, அதை விவாதபூர்வமாக நிரூபிக்க முயற்சிப்பதோ கூடாது என்று தடை

விதிக்கப்பட்டது உண்மையே... ஆனாலும் போப் என்னோடு மிகவும் அன்புடன் பழகினார் தெரியுமா?

கில்பர்ட்: அதனால் என்ன பயன்?

கலிலியோ: பூமி சுற்றிக் கொண்டிருக்கிறது என்பதாலோ, அல்லது உலகின் மையம் பூமி அல்ல மாறாக சூரியன் என்று நிரூபிப்பதாலோ வேதத்திற்கோ, மதத்திற்கோ ஆபத்து வரும் என்று தான் தனிப்பட்ட முறையில் கருதவில்லை என்று போப் என்னிடம் கூறினார். தெரியுமா உனக்கு? போப் உட்பட அவரது கீழ் உள்ள பெரும்பாலான மதத் தலைவர்கள் எனது திறமையை பாராட்டுபவர்களே, என்னிடம் அவர்கள் எவ்வளவு மரியாதையுடன் பழகினார்கள் தெரியுமா!

கில்பர்ட்: ஆனால்...?

கலிலியோ : கோபர்நிக்கஸின் கருத்துகள் அப்படியே ஏற்றுக் கொள்ளப்படவில்லை என்பதென்னவோ உண்மைதான். ஆனால், ஒரு விஞ்ஞான உண்மை என்கிற நிலையில் கோபர்நிக்கஸின் கருத்துகளை பயன்படுத்தலாம் என்று போப் சொல்லியிருக்கிறார்... அதுமட்டுமில்லை, என்னை தண்டிக்கவில்லை என்ற போப்பரசரின் அறிக்கையை அதோ நீயே பார். (ஒரு காகிதத்தை எடுத்துக் காண்பிக்கிறார்)

கில்பர்ட்: அதெல்லாம் சரிதான் கலிலியோ! ஆனால் நீ தண்டிக்கப்பட்டாய் என்றும், மதத்திலிருந்து விலக்கப்பட்டாய் என்றும் எதிரிகள் பிரச்சாரம் செய்கின்றனரே...

கலிலியோ: எனது எதிரிகள்... அவர்கள் என் எதிரே நின்று விவாதிப்பார்களானால் நிச்சயம் தோல்வி அடைவார்கள். அதனால் தான் அவர்கள் மறைந்திருந்து என்னை தாக்குகின்றனர்.

கில்பர்ட்: எப்படியோ, கலிலியோ! இனியாவது நீ இதுமாதிரியான விவாதங்களில் ஈடுபடாமல் நிம்மதியாக இரு. நமக்கெல்லாம் வயதாகிறது இல்லையா? எஞ்சியுள்ள நாட்களையாவது நிம்மதியாக கழிக்க முயற்சி செய்.

(கலிலியோ மௌனமாக யோசித்துக் கொண்டு நிற்கிறார்)

(திரை)

அரங்கம் ஏழு

(போப்பாண்டவரின் அரண்மனை வரவேற்பரையில் கலிலியோ அமைதியின்றி உலவிக் கொண்டிருக்கிறார். போப்பின் அந்தஸ்திற் கேற்ப வரவேற்பறை அமைந்திருக்கிறது. போப்பாண்டவரின் சின்னமான கொடிசுவற்றில் தொங்கவிடப்பட்டிருக்கிறது. கலிலியோ இப்போது மிகவும் வயதானவராக காட்சி அளிக்கிறார். களைப்புடனிருக்கிறார். ஆனால் முகத்தில் உறுதியும், சிந்தனை சக்தியும் பளிச்சிடுகிறது. வரவேற்பரை திறக்கப்படுவதை எதிர்பார்த்து நடந்து கொண்டே, அவரது மனதிற்கு மட்டும் கேட்கும்படியாக பேசிக்கொள்கிறார்.)

கலிலியோ: போப்பை நேரில் சந்தித்து தெய்வத்தின் பிரதிநிதியான அவரிடம், எனது மனத்துயரங்களை வெளிப்படுத்தும் பாக்கியம் எனக்கு இன்று கிடைத்துள்ளது. ஏழு வருடங்களுக்கு முன்னர் இதே ரோமாபுரியில் கர்டினால் பெல்லார்மின் எனக்குத் தடை விதித்தார். கோபர் நிக்கஸ்ஸின் கோட்பாடுகளை கற்பிக்கவோ, மற்றவர்களுக்கு தெளிவுப்படுத்தவோ கூடாது என்று எனக்கு தடை விதிக்கப்பட்டது. கடவுளே இந்த சந்திப்பு நல்லவிதமாக அமைய எனக்கு உதவி செய். வருங்காலத்தில் விஞ்ஞானத்திற்கு ஏற்படப்போகும் வளர்ச்சியும், அங்கீகாரமும் இந்த சந்திப்பைப் பொறுத்துத்தான் இருக்கிறது. நான் சொல்லுவது போப் அரசரால் ஏற்றுக் கொள்ளப்பட்டுவிட்டால்.... (திடீரென கதவுகள் திறந்தன. கலிலியோ உணர்ச்சி வசப்பட்டு பக்தியுடன் நிற்கிறார். போப் வந்து கொண்டிருக்கிறார். ஆரோக்கியம் நிறைந்த ஆஜானுபாகுவான தோற்றம். அழகாக கத்தரிக்கப்பட்ட தாடியுடனும், சந்தோஷமான முகத்துடனும் வருகிறார். போப்பாண்டவருக்கான கம்பீர உடையில் இருக்கிறார். கலிலியோ போப்பின் முன் மண்டியிட்டு அவர் காலை முத்தமிடுகிறார். போப் கலிலியோவை அன்புடன் பிடித்து தூக்குகிறார்.)

போப்: ஆண்டவரின் பெயரால் யாம் கலிலியோவிற்கு நல்வரவு கூறுகிறோம். ஓ! எவ்வளவு சிரமங்களுடன் பிளாரன்சில் இருந்து நெடுந்தூரம் பயணம் செய்து வந்திருக்கிறீர்கள்.

கலிலியோ: பிரபு, எனக்கு அது ஒன்றும் அவ்வளவு சிரமமாக இருக்கவில்லை. இறுதியில், தெய்வத்தின் பிரதிநிதியாகிய உங்களை என்னால் தரிசிக்க முடிந்தது. எனது பழைய நண்பன் என்கிற

நம்பிக்கையுடன் உங்களுடன் பேசலாம் என்று தோன்றிய போது பயணக் களைப்பெல்லாம் பறந்துவிட்டது பிரபு.

போப்: நீங்கள் களைப்படைந்திருப்பீர்கள். அதனால் நாம் முதலில் உட்காருவோம். உட்கார்ந்து கொண்டே பேசுவோம் கலிலியோ.

(அவர்கள் உட்காருகின்றனர்.)

போப்: கடவுள் கிருபையால் நீங்கள் சௌக்கியமாக இருக்கிறீர்கள் அல்லவா? உங்களுக்கு என்ன வயதாகிறது கலிலியோ?

கலிலியோ: எனக்கு இப்போது 64 வயதாகிறது பிரபு.

போப்: அதென்ன ஒரு பெரிய வயதா! எனக்கும் தான் 56 வயது ஆகிறது. என்னைப் பார்த்தால் அப்படியா தெரிகிறது. உடல் பயிற்சியாளனின் ஆரோக்கியம் எனக்கு இருக்கிறது என்று மருத்துவர்கள் கூறுவார்கள். (சிரிக்கிறார்)

கலிலியோ: அது உண்மைதான் பிரபு.

போப்: நீங்கள் உங்கள் உடல் நலனை மறந்து உழைக்கிறீர்கள், ஆண்டவன் கிருபையால் நமக்கு கிடைத்த இந்த சரீரத்தை பாதுகாப்பதும் நம் கடமைதானே! விஞ்ஞான உலகில் மிக உன்னத நிலையை அடைந்துள்ள நீங்கள் இன்னமும் வெகுகாலம் வாழ வேண்டியது மிகவும் அவசியம்.

கலிலியோ: எனது சோர்வு உடலில் மட்டுமில்லை பிரபு. என் உள்ளமும் சோர்வடைந்திருக்கிறது என்பது நீங்கள் அறியாததா பிரபு.

போப்: நாம் அறிவோம் கலிலியோ. நீங்கள் மனக்கவலைகளை குறைத்துக் கொள்ள வேண்டும். அரிஸ்டாட்டிலுக்கு எதிரான உங்கள் கட்டுரையை வாசித்தேன். முதல் தரமானதாக இருந்தது. இத்தனை அழகாக இத்தாலிய மொழியில் இதுவரை யாரும் எழுதியதில்லை. இனி யாரேனும் அப்படி எழுத முடியுமா என்பதுமே சந்தேகம்தான்.

கலிலியோ: (மிக சந்தோஷத்துடன்) எனது விஞ்ஞானப் படைப்புகள், மகத்தான இலக்கிய படைப்புகள் என்று பலரும் சொன்னார்கள். இருந்தாலும் தங்களின் வாயால் அது கூறப்படும் போது... மனம் பூரித்துப்போகிறேன். (கொஞ்சம் நிறுத்தி விட்டு)... ஆனால் அந்த புத்தகம் பற்றி சொல்லப் போனால்...

போப்: சொல்லுங்கள், சொல்லுங்கள், நான் கேட்பதற்கு சித்தமாயிருக்கிறேன். நாம் இருவரும் மனம் விட்டுப் பேச வேண்டும் என்பதற்காகத்தானே நாம் இங்கு தனிமையில் சந்தித்துள்ளோம்.

கலிலியோ: பிரபு! அரிஸ்டாட்டில் மிக உன்னதமான சிந்தனையாளர். ஆனால் அவரது விஞ்ஞானம் பற்றிய பார்வை, விஞ்ஞானத்திற்கு

புறம்பானது. அவரது அந்த விஞ்ஞானத்திற்கு புறம்பான சிந்தனைகள் என்னை, என் வாழ்க்கையையே திசை திருப்பியது.

போப்: ஆமாம் நானறிவேன். பீசா கோபுரத்தில் ஏறியது முதல் எல்லாமும் நான் அறிவேன். (இருவரும் சிரிக்கின்றனர்)

கலிலியோ: கிறிஸ்துவ மதம் தோன்றிய போது, அன்று இருந்த விஞ்ஞான கருத்துகளை ஏற்றுக் கொண்டதில் தவறில்லை. அரிஸ்டாட்டில் கருத்துகளே அன்றைய விஞ்ஞானத்தின் ஆதியும் அந்தமுமாக இருந்தது...

போப்: ம்... சொல்லுங்கள் கேட்கிறேன்

கலிலியோ: தவறுகள் புலப்படும் போது அவை திருத்தப்பட வேண்டாமா? கடவுளின் பிள்ளைகளாகிய நாம் கடவுள் படைத்த உலகினைப் பற்றிய தவறான கருத்துகளைத் திருத்திக் கொள்வதால் நாம் சுவர்க்கத்திற்குப் போவது இன்னும் நிச்சயமல்லவா?

போப்: சரியே! நீங்கள் கூறுவது முற்றிலும் சரிதான்.

கலிலியோ: அதைத்தான் பிரபு நான் செய்து வருகிறேன். அரிஸ்டாட்டில் போன்ற எத்தனையோ நபர்களது கருத்துகளை தவறு என்று நான் நிரூபித்துள்ளேன். பிரபஞ்சத்தில் எந்தவித மாற்றங்களும் நிகழவில்லை என்று அவர்கள் கூறினார்கள். ஆனால் எப்போதும் பிரபஞ்சத்தில் மாற்றங்கள் நிகழ்ந்து கொண்டே இருக்கின்றன என்று நான் கண்டேன். சூரியனில் கரும்புள்ளிகள் உண்டு என அவர்கள் கொஞ்சமும் ஒப்புக் கொள்ளவில்லை. மாறாக அவ்வுண்மையை நான் கண்டறிந்தேன்.

போப்: அதற்காக ஆண்டவனுக்கு நன்றி சொல்ல வேண்டும்! இத்தனை ஓர் அசாதரணமான சிந்தையும் அறிவும் வரப்பிரசாதமாக தெய்வத்தால் வழங்கப்பெற்ற கலிலியோ இதனை சாதித்தலில் நாம் வெகுவாக மகிழ்ச்சி அடைகிறோம்.

கலிலியோ: (போப் தன்னிடம் பேசிப் பழகிய விதத்தில் தைரியம் வரப் பெற்றவராய்) பிரபு, இது போன்றது தான் கோபர் நிக்கஸ்ஸின் தத்துவமும். (போப்பின் முகத்தில் கோபமும் வெறுப்பும் தோன்றுகிறது)

போப்: ஆனால் ஒரு விஷயம் கலிலியோ, அந்த ஜெர்மன் காரனைப் பற்றி நான் எதுவும் கேட்கத்தயாராயில்லை. ஏழு வருடங்கள் முன்பே மதத் தலைவர்கள் அது குறித்து விவாதித்தார்களே? அது மத நம்பிக்கைக்கு எதிரானது என்று தீர்ப்பளிக்கப்பட்டதல்லவா? அந்தத் தலைவர்களின் தீர்ப்புக்குப் பின்னால் அதைவிட நாம் சொல்வதற்கு ஒன்றுமில்லை. அது திருச்சபையின் நிலையான உறுதியையும் தெய்வநம்பிக்கையும் சம்பந்தப்பட்ட விஷயமாகும்.

கலிலியோ: என்னை மன்னித்து விடுங்கள் பிரபு. ஆனால், அதேசமயம் திருச்சபை அனுமதித்தால்... எனக்கு சற்று அவகாசம் தந்தால் என்னால் அதை எடுத்துச் சொல்லவும் நிரூபிக்கவும் முடியும்.

போப்: இது நம்பிக்கை சம்பந்தப்பட்ட விஷயம் கலிலியோ! விவாதங்களுக்கு இங்கு இடமில்லை.

கலிலியோ: ஆயினும் தாங்கள்... உலகில் கடவுளின் பிரதிநிதியாகிய தாங்கள்... இதைப் புரிந்துகொண்டால்... அங்கீகரித்துவிட்டால்...

போப்: கோடிக்கணக்கான மக்கள் மனதில் வைத்து ஆராதிக்கும் நம்பிக்கையையும், பக்தியையும் ஒரு விஞ்ஞானியால் புரிந்துகொள்ள முடியாது. இறைவனின் படைப்பில் பரிபூர்ணமானவன் மனிதன். இப்பிரபஞ்சத்தின் மையமே அவன் வாழும் பூமி என்று ஏற்றுக் கொண்டு கர்த்தருக்கு நன்றி கூறி, தங்களின் பாவச் செயல்களை கர்த்தரின் முன்வைத்து, தங்களுக்கு சுவர்க்கம் கிடைக்க வேண்டும் என ஆண்டவனை வேண்டி ஜெபம் செய்யும் கோடிக்கணக்கான பக்தர்கள்; அதையே மனப்பூர்வமாக நம்பும் ஆயிரக்கணக்கான மதகுருக்கள், அவருடைய ஆத்ம நிறைவும் மனதிருப்தியுமே வாழ்க்கை லட்சியமாக ஏற்றுக்கொண்டு கர்த்தரை பாதபூஜை செய்து வரும் ஆண்டவனின் பிள்ளைகளாகிய நாம்...

(உணர்ச்சிவசத்தால் பேச்சு தடைப்பட்டு நிறுத்துகிறார்)

கலிலியோ: எனக்குப் புரிகிறது பிரபு.

போப்: ஒரே நாளில் திடீரென்று பிரபஞ்சத்தின் மையம் பூமி அல்ல என்கிற கருத்தை ஏற்றுக்கொள்ள முடியுமா கலிலியோ? அப்படி நீங்கள் சொல்வது போல் கோடானு கோடி நட்சத்திரங்களைக் கொண்ட ஆகாச கங்கையில் சூரியனும் ஒரு சிறு நட்சத்திரம் என்றும் அதிலும் நாம் வசிக்கும் பூமி அந்த சிறிய நட்சத்திரமாகிய சூரியனைச் சுற்றி வலம் வருகிறது என்றும் வைத்துக் கொண்டால்..... ஓ அப்படி எல்லையற்ற இந்த பிரபஞ்சத்தில் ஒரு சிறிய கிரகம் மாத்திரம்தான் நமது பூமி என்றால்... கடவுள் பக்தியுள்ள இந்த மக்கள் கூட்டம், ப்பூ! இவ்வளவுதானா ஆண்டவன் நமக்கு அளித்த பூமி என்று கருத மாட்டார்களா? அது சாத்தியமில்லை கலிலியோ. இதனை திருச்சபை நிச்சயம் ஒருபோதும் ஏற்றுக்கொள்ளாது. திருச்சபை நிலைத்திருக்க.....

கலிலியோ: பிரபு, அப்படி என்றால் இந்த உண்மைகள்! இப்போதில்லா விட்டாலும் இறுதியில் என்றாவது ஒரு நாள் இந்த உண்மைகள் தெளிவானால்...?

போப்: எது உண்மை? எது உண்மை இல்லை என்று யாராலும் சொல்ல முடியாது என்பதுதானே உண்மை! எல்லாமே வெறும்

சித்தாந்தங்கள் மட்டிலுமே! முழுமையான ஒரே ஒரு சத்தியம் எது என்றாலும், ஆண்டவன் சன்னதியில் அது எல்லா ஜனங்களுக்கும் தெளிவானால் அன்றைக்கு திருச்சபையும் அதை ஏற்றுக்கொள்ளும். ஆனால் இன்றைய நிலைமை அது அல்ல. தற்போதுள்ள நம்பிக்கை நிலையானது. அதுதான் இப்போதைய முடிந்த முடிவு.

கலிலியோ: மன்னிக்க வேண்டும் பிரபு. ஆண்டவனின் பிள்ளைகளில் ஒருவனான எனக்கு, நான் இந்த சோதனைகளை எல்லாம் கடந்து வந்த பின்னரும் கைவிட முடியாத எனது கருத்துகளை - உண்மைகளை - நிரூபிக்க அனுமதி அளிப்பீர்களா? என் உயிரிலும் மேலான இந்த உண்மைகளை வெளிப்படுத்தவே இறைவன் என்னை இங்கு அனுப்பியுள்ளான் என்றே நான் நம்புகிறேன் பிரபு.

போப்: ஏழுவருடங்களுக்கு முன்னால் * பெல்லார் மின் கார்டினால் விதித்த தடையை நீக்க என்னால் இயலாது கலிலியோ, இவ்விஷயத்தில் திருச்சபையின் முடிவில் எவ்வித மாற்றமும் கிடையாது. நீங்கள் மிகவும் புத்திசாலி அல்லவா? ஒரு உண்மையான கத்தோலிக்கனும் அல்லவா? இறைவனைப் பிரார்த்தித்து இறைவனிடத்தில் நம்பிக்கை வைத்து, திருச்சபையின் நம்பிக்கைகளை பெற முயல வேண்டும்.

கலிலியோ: நான் உங்கள் ஆசியை மேற்கொள்கிறேன். ஆனால்... பெல்லாரிமின் கார்டினால் தந்த சுதந்திரத்தையும் நீங்கள் பறித்து விடுகிறீர்களா?

போப்: என்ன சுதந்திரம்?

கலிலியோ: ஒரு விஞ்ஞான உண்மை என்ற நிலையில் கோப்பர்நிக்கஸின் சித்தாந்தத்தை ஏற்றுக்கொள்வது...

போப்: ஆம். ஒரு சித்தாந்தம் மட்டுமே... அந்த நிலையில் மாத்திரமே ஏற்றுக் கொள்ளப்பட்டது. ஆனால் அதுதான் சரி என்று யாரும் எழுதவோ, விவாதிக்கவோ கூடாது. அது சரியல்ல என்றுதான் நம்பவேண்டும். (எழுந்துகொண்டே) வயதான உங்களுக்காக நாங்கள் வேண்டிக்கொள்கிறோம், உங்களுக்கு நல்ல புத்தியை கொடுக்குமாறு இறைவனை வேண்டிக் கொள்கிறோம்.

கலிலியோ: *(எழுந்து கொண்டே)* அதற்காக நான் உங்களுக்கு நன்றி செலுத்துகிறேன் பிரபு.

போப்: ஐரோப்பாவில் எந்த ஒரு அரசனுக்கும் கொடுக்காத ஒரு அந்தஸ்தை, நாம் விஞ்ஞான உலகின் அரசனான கலிலியோவிற்கு அளிக்கிறோம் என்பதை மறக்க வேண்டாம். எமக்கு தங்களோடுள்ள தனிப்பட்ட அன்பும், மரியாதையுமே இதற்குக் காரணம்.

---

* பெல்லார்மின் கார்டினால் கலிலியோவின் கருத்துகளைப் பரப்ப தடைவிதித்தார்.

உங்களுடைய எந்த விருப்பத்தையும் நாங்கள் நிறைவேற்றத் தயாராயிருக்கிறோம். தங்களுக்கு ஓய்வூதியம் அளிக்க வேண்டுமா?

கலிலியோ: *(உடனே)* எனக்கு மட்டும் தங்களிடம் யாசிக்கும் உரிமையிருக்குமானால்... நான் உங்களிடம் ஒன்றே ஒன்று யாசிக்க விரும்புகிறேன்.

போப்: *(சந்தோஷத்துடன்)* என்ன இது?

கலிலியோ: *(கைகூப்பி இறைவனிடம் கேட்பது போல மென்மையான குரலில் நிதானமாக)* "பிரபு, தயவு செய்து இப்பூமிக்கு சூரியனைச் சுற்றிச் சுழன்று வர அனுமதி வழங்குங்கள்!"

போப்: *(நிராசையுடன்)* முடியாது அது முடியாத காரியம்.

கலிலியோ: *(கைகள் கூப்பிக் கொண்டே)* ஓ! தங்களது ஒரு வார்த்தை சரி என்ற ஒரே ஒரு சொல் மாத்திரம் எனக்குக் கிடைக்குமானால்...

போப்: இல்லை கலிலியோ, இல்லை. நாம் தற்சமயம் விடை பெறுவோம். தனியாக சென்று பிரார்த்தனை செய்யுங்கள். சோதனைகளில் சரியான வழிகாட்ட கருணா மூர்த்தியான இறைவனை வேண்டுவோம்.

(திரை)

அரங்கம் எட்டு

(சிந்தனை வசப்பட்டு நடந்து கொண்டிருக்கிறார் கலிலியோ. 70 வயதிற்கான சோர்வும், அனுபவமும் நிறைந்த முகம்.)

கலிலியோ: ஆண்டவரே! நான் சுமக்கும் இந்தச் சிலுவை எத்தனை கனமாக உள்ளது. ஒரு கிழவனால் சுமக்க முடியாத பாரம். ஒரு வேளை இந்தச் சிலுவையை சுமந்தபடியேதான் நான் இறப்பேனா? (யோசனையில் நிற்கிறார்) நான் கண்டறிந்த விஞ்ஞான உண்மைகளை எழுதாமல் நான் வாழ்ந்துகொண்டிருப்பதில் அர்த்தமில்லை. இந்த விஞ்ஞான உண்மைகளுக்காக நான் சிலுவையில் அறையப்பட்டாலும் எனக்குச் சம்மதமே.

(சிந்தனையுடன் நாற்காலியில் அமர்கிறார். கலிலியோவின் முகத்தில் துன்பத்தின் சாயலும் அதே நேரம் முடிவிற்கு வரவேண்டியதன் அச்சமும் தெரிகிறது).

கலிலியோ : முடிவில் ஒரு கூர்மையான ஈட்டி முனையில், துடித்து கொழுந்து விட்டெறியும் செந்தழலில் வெந்து அழிந்த 'புருநோவைப் போல கருகி நான் சாக வேண்டியது நேரிட்டால்...'

(யோசனையில் நிற்கிறார். அப்போது கில்பர்ட் அங்கு வருகிறார். வயோதிகனான கில்பர்ட் முகத்தில் பெருமையும் ஆனந்தமும் ததும்ப பேசியபடி வருகிறார்.)

கில்பர்ட்: கடைசியாக நீ வென்றுவிட்டாய் அல்லவா? 5 தடவைகளும் தொடர்ந்து ஐரோப்பா முழுவதையும் தன் குடையின் கீழ்வைத்திருக்கும் போப்பரசரை சந்தித்தது மட்டுமல்லாது, பல மணி நேரம் நீண்ட சந்திப்பு.

திருச்சபைக்கு மிகவும் பிரியப்பட்ட ஒரு மகன் என்று ஒரு நற்சான்றிதழும் கிடைத்துள்ளது. போப்பின் நிதியிலிருந்து ஒரு பிரத்யேக ஊதியமும் வழங்கப்பட்டு, இவ்விதமாக முந்தைய தடையிலிருந்து நீ விடுதலை அடைந்து விட்டாயல்லவா என் அன்பு நண்பனே?

(ஆனால் கலிலியோ முகத்தில் கவலைக்கான அறிகுறிகளைக் கண்டு ஆச்சரியப்படுகிறார்)

கில்பர்ட்: சந்தோஷப்பட வேண்டிய நேரத்தில் நீ என்ன கவலையில் ஆழ்ந்துவிட்டாய்?

கலிலியோ: எல்லாம் கிடைத்து விட்டது. ஒன்றே ஒன்றைத் தவிர.

கில்பர்ட்: என்ன அந்த ஒன்று?

கலிலியோ: நான் எதற்காக அங்கு சென்றேனோ அதைத் தவிர.

கில்பர்ட்: புரியவில்லையே கலிலியோ?

கலிலியோ: கைகூப்பி, கால்களைப் பிடித்து நான் கேட்ட பிச்சை. "பிரபு தயவு செய்து பூமி சூரியனை சுற்றிவர அனுமதி தரவேண்டும் என்பதுதான். ஆனால் அதனை, அந்த ஒன்றைத்தான் என்னால் பெறமுடியவில்லை. கோபர்நிக்கஸின் தத்துவங்களை அங்கீகரிக்கச் செய்ய வேண்டும் என்ற என் கனவு வெறும் கனவாகவே முடிந்துவிட்டது. (சிறிது நேரம் யோசித்து விட்டு) ஒரு விஞ்ஞானக் கருத்தாக வெறும் கருத்தாக மாத்திரமே கடைப்பிடித்துக் கொள்ளும்படி மிகவும் சிரமப்பட்டே அனுமதி அளித்தார்.

கில்பர்ட்: அதனால்தான் மிகவும் ஆழ்ந்த சிந்தனையில் இருக்கிறாயா?

கலிலியோ: 70 ஆண்டு கால நீண்ட தவத்தின் பலன், எண்ணிலடங்காத கஷ்டங்களின் பலன், எனது எல்லா ஆராய்ச்சிகளின், விஞ்ஞான அறிவின் பலன்... இவை அனைத்தும் நிரந்தரமாக நிலையாக இருக்க புஸ்தகமாக எழுதி வைக்காமல் நான் இறக்க நேரிட்டால்... (துயர மிகுதியால் மறுபடியும் யோசனையில் ஆழ்கிறார்). ஒரு நிமிடத்திற்குப்பின்... விஞ்ஞான உலகில் எனது இலக்கியப் படைப்பு ஒரு பெரும் புரட்சியை ஏற்படுத்தும் என்பதனை நான் அறிவேன். எதிர்காலத்தில் உலகில் விஞ்ஞானம் வளர்ந்து பரவி வரும்போது, கடந்த காலம் பற்றி ஆராயும் வல்லுநர்கள் இந்த கலிலியோவை நினைவு கூறவேண்டுமானால்... புதிய விஞ்ஞான பார்வையும், பிரபஞ்சத்தைப் பற்றிய புதிய அறிவும் இந்த கலிலியோவின் வாழ்வோடுதான் ஆரம்பமானது என்று அவர்கள் புரிந்து கொள்ள வேண்டுமானால்... (தொடர்ந்து பேச முடியாமல் ஒரு வினாடி நிறுத்தி பின்னர்) இல்லை! அதை எழுதாமல் நான் இறக்கமாட்டேன். நான் என்றும் இறைவனை வேண்டுகிறேன். இறைவா! தயவு செய்து எனக்கு இன்னும் கொஞ்சம் கால அவகாசம், நான் இவற்றை எழுதி பிரசுரிக்கும் வரை உள்ள கால அவகாசம்... (மீண்டும் தொடர்ந்து பேச முடியாமல் கண்களில் நீர் மல்க, குரல் நடுங்க வானத்தைப் பார்த்து கைகள் கூப்பி வணங்கி நிற்கிறார்.)

கில்பர்ட்: அமைதியாக இரு கலிலியோ. நாம் இதற்கொரு வழிகாண்போம். ஒரு விஞ்ஞானியின் மனதை நான் புரிந்துகொள்ள முடியாது என்று நினைக்காதே. வா, இங்கே உட்காருவோம். (இருவரும் உட்காருகின்றனர்)

வெறும் தத்துவம் என்ற நிலையில் தத்துவங்களையும் வாதங்களையும் எழுத போப்பரசர் சம்மதிக்கிறார் அல்லவா?

கலிலியோ: அதனால் ஒரு பயனுமில்லே. ஒரு பெரிய இதிகாசம் எழுதுவது போல எத்தனை பக்கங்கள்தான் எழுத முடியும்? ஒவ்வொரு வார்த்தையாக சீர்தூக்கி பார்த்து... ஐயோ, கில்பர்ட்... எனக்கு பையித்தியமே பிடித்துவிடும் போலிருக்கிறது.

கில்பர்ட்: எதையாவது உளறாதே. செறிவும் அழகும் நிறைந்த மொழிவல்லமையை கையில் வைத்திருக்கும் கலிலியோவினால் இதைச் செய்ய முடியும். சொல்ல நினைப்பதைச் சொல்லவும், எழுதவும் நிதானமாக யோசித்து ஒரு வழிகாண்பாயாக. நான் பின்னர் வருகிறேன். அதற்குள் நீ ஒரு வழி கண்டுபிடித்துவிடுவாய் என்று நான் நிச்சயமாக நம்புகிறேன்.

(கில்பர்ட் போகிறார். கலிலியோ இன்னும் யோசனையில் ஆழ்ந்துவிடுகிறார்.)

(திரை)

அரங்கம் ஒன்பது

(மேடையில் கலிலியோ நின்று கொண்டிருக்கிறார். முகத்தில் ஒரு பிரகாசம். எதையோ கண்டுபிடித்துவிட்ட திருப்தி)

கலிலியோ: முடிவாக நான் அதை கண்டுபிடித்துவிட்டேன். எனக்கு ஒரு புதிய வழி தென்பட்டுவிட்டது. இந்த படுகிழவனின் புத்திக்கு இப்படி ஒரு வழி இருக்கிறது என்று புரிய கொஞ்சம் காலதாமதமாகிவிட்டது... (ஒரு நிமிடம் யோசித்துவிட்டு) நான் தப்ப வழி இருக்கிறது. என்னுடைய கண்டுபிடிப்புகளும் வாதங்களும் தத்துவங்களும் அழிந்து போகாமல் பாதுகாக்கப்பட்டுவிடும்.

(உற்சாகத்துடன் மேடையில் நடந்து கொண்டிருக்கும் போதே கில்பர்ட் வருகிறார். கலிலியோவின் முகத்தை கூர்ந்து பார்க்கிறார்.)

கில்பர்ட்: என்ன இன்று மிக உற்சாகமாக காணப்படுகிறீர்கள். ஏதோ ஒரு வழி கண்டுபிடித்து விட்டீர்கள் போலிருக்கிறதே?

கலிலியோ: கடைசியில் விமோசனம் பெற வழி பிறந்துவிட்டது. நான் கண்டுபிடித்து விட்டேன்.

கில்பர்ட்: நான் சொல்லவில்லையா? கலிலியோவின் உள்ளே இருக்கும் இலக்கியவாதி எப்படியும் ஒரு வழி கண்டு பிடித்துவிடுவான் என்று...

கலிலியோ: ஸால்வ்யாதி, ஸாக்ரடோ, சிம்ப்ளிகோ. இவர்கள் மூவரும்தான் இதை சாதிக்கப் போகிறார்கள் (சிரிக்கிறார்).

கில்பர்ட் : ஒன்றும் புரியவில்லையே கலிலியோ. யார் இந்த மூன்று பேரும்?

கலிலியோ: ஆம்! இவர்கள்தான் என் படைப்பின் கதாபாத்திரங் கள். ஸால்வ்யாதி உண்மையில் நான்தான், கோபர்நிக்கஸின் உண்மையான சீடன். பிரபஞ்சத்தைப் பற்றிய எனது விஞ்ஞான கருத்துகளை முன்வைத்து அவற்றை ஆதாரத்துடன் நிரூபிக்கும் கதாபாத்திரம் புதிய விஞ்ஞானத்தின் உயிர்நாடியான பிரதிநிதி.

கில்பர்ட்: அப்படி என்றால், மூன்று பேர் சேர்ந்து விவாதிப்பது போல உரையாடல் வடிவத்தில் எழுதப்போகிறாய் என்று சொல்!

கலிலியோ: ஆம்! அப்படியேதான் என்திட்டம். மூன்று கதாபாத்திரங்களுடைய உரையாடல் அல்லவா? அதில் கலிலியோ நேரடியாக எந்த பங்கும் வகிக்க போவதில்லை அல்லவா? என்னுடைய கருத்து என்று எதையும் சொல்லப்போவதில்லை.

எல்லாத் தத்துவங்களும் படிப்பவர் மனதில் பதியும் என்பது மாத்திரம் உண்மை.

கில்பர்ட்: இதுவும் நல்ல தந்திரம்தான்.

கலிலியோ: ஆனால் ஸாலவ்யாதி எல்லாவற்றையும் உறுதியாகச் சொல்வான்.

கில்பர்ட்: மற்ற இருவரும் யார்?

கலிலியோ: ஸாக்ரடோ அறிவுள்ளவன், எதையும் உணர்ந்து கொள்ளக் கூடியவன். விஷயங்களை புரிந்துகொள்ளவும், புரிந்து கொண்டபின் அதை ஏற்றுக்கொள்ளவும் மனம் படைத்தவன். சந்தேகங்களைக் கேட்டு, விளக்கினால் புரிந்துகொள்ளும் ஒரு நண்பன்.

கில்பர்ட்: அப்படி என்றால் விஷயங்களை சரியாக விளங்க வைக்க முடியும் என்கிறாய்.

கலிலியோ: வெறும் விளக்க உரையால் என்ன பயன்? அதற்கு என்ன சக்தி இருக்கப் போகிறது? விவாதங்கள் நடைபெற வேண்டும். எதிரியின் கடுமையான எதிர்ப்பு இருக்க வேண்டும். அதை எதிர்த்து வாதம் செய்து தகர்த்தெறிய வேண்டும். அப்போதுதான் அது சுவையாக இருக்கும்.

கில்பர்ட்: அப்படி என்றால் கோபர்நிக்கஸ்ஸின் கருத்துகளை எதிர்ப்பவன்தான் சிம்ப்ளிகோ. அப்படித்தானே?

கலிலியோ: ஆம். இந்த எழுபது வருட காலமாக என்னை எதிர்ப்பதோடு, என்னை ஒழித்துக்கட்டவும் முயற்சி செய்த எனது எதிரிகள் எல்லோரையும் ஒன்று திரட்டி ஒரே மனிதனாக படைத்துள்ளேன். அவன்தான் சிம்ப்ளிகோ! அவன் ஒரு அடிமடையன். (அந்த பாத்திரத்தை எண்ணிச் சிரிக்கிறார்.)

கில்பர்ட்: அவனை ஒரு முட்டாள் என்று மாத்திரம் படைத்தது சரியல்ல.

கலிலியோ: ஆனால், அவன் அரிஸ்டாட்டில் முதலான எல்லா பண்டிதர்களுடையவும் கொள்கைகளைத் தூக்கிப் பிடித்துக்கொண்டு வருவான். எனது கருத்துகளுக்கு எதிரானவர்கள் கேட்கும் கேள்விகளை எல்லாம் அவன் கேட்பான். அவன் மிகுந்த பலத்துடன் என்னை- இல்லை இல்லை ஸால்வ்யாதியின் மீது பாய்வான். அப்போது பழமைவாதிகள் என்ன செய்ய முடியும்?

கில்பர்ட்: அப்படியா? அதுவும் சரிதான்.

கலிலியோ: ஆனால் அவன் கடைசி வரையிலும் முட்டாளாகவே இருப்பான். அவனால் சரியான பதில் சொல்ல முடியாது. மிகப் பலம் வாய்ந்த ஆதாரங்களுக்கு முன்னிலையில் அவன் (சிறிது

யோசித்துவிட்டு) கில்பர்ட் நான் எழுத ஆரம்பித்து விட்டேன். சகோதரனே, இந்த சிம்ப்ளிகோவை நான் கற்பனையில் பாத்திரமாக உருவாக்கியதும் நான் எவ்வளவு சந்தோஷப்பட்டேன் தெரியுமா? எனது எல்லா பாதிப்புகளும், உணர்வற்று என் மனதில் தூங்கிக் கொண்டிருந்த எல்லா கேலி செய்யும் குணமும் வைராக்கியமும் வார்த்தைகளாக மாறி சுட்டு எரிக்கும்.

(கில்பர்ட் கலிலியோவின் ஆத்திரத்தைக் கண்டு சிரிக்கிறார்.)

கலிலியோ: (மேஜையின் மீதிருந்த இரண்டு காகிதக் கட்டுகளிலிருந்து ஒன்றை எடுத்துக் காண்பித்துக்கொண்டு) இதோ, இது அத்தனையும், இத்தனை காலமாக எனக்கெதிராக வாதாடிய அத்தனை வறட்டு வாதங்கள். இவை எல்லாவற்றையும் நான் ஒவ்வொரு நாளும் எழுதி வைத்துள்ளேன். இவை எல்லாம் சிம்ப்ளிகோவின் வாய் மூலம் வெளிவரப் போகும் வசனங்கள்.

(இன்னொரு காகிதக் கட்டைக் காண்பித்து)

இதோபார் இந்த அர்த்தமற்ற வாதங்களுக்கு அவ்வப்போது நான் எழுதி வைத்த பதில்கள். இவை வாள் முனையைவிட மிகவும் கூரானவை என்பதை நீ அறிவாய். இவற்றை நான், இல்லை எனது ஸால்வ்யாதி நன்றாகவே இந்த பதில்கள் கொண்டு அவர்களை வாதக் களத்தில் தோல்வியுறச் செய்வான்.

கில்பர்ட்: அதிருக்கட்டும், இந்த படைப்பிற்கு என்ன பெயர் வைப்பதாக உத்தேசித்திருக்கிறாய்?

கலிலியோ: ஓ! பெயரில்லாமலா! "டயலாக்" என்று வேண்டுமானால் சுருக்கமாக பெயர் வைத்துக்கொள். அதாவது உரையாடல்கள் பிரபஞ்ச விஞ்ஞானத்தைக் குறித்துள்ள தாலமி மற்றும் கோபர்நிக்கஸின் கருத்துகளைப் பற்றிய ஒரு விவாதம் என்பதுதான் இதன் முழுப் பெயர்.

கில்பர்ட்: நான் உனக்கு வாழ்த்துக் கூறுகிறேன். உலகில் இதுவரை எழுதப்பட்டவற்றில் மிக உயர்ந்த மகத்துவமும் அழகும் சக்தியும் வாய்ந்த ஒரு விஞ்ஞான காவியம் - ஒரு இலக்கியமும் விஞ்ஞானமும் கைகோர்த்து இணைந்து ஒரு காவியமாக "டயலாக்" விளங்க வேண்டும் என வாழ்த்துகிறேன்.

(திரை)

அரங்கம் பத்து

(மேஜைமீது கலிலியோ எழுதிய "டயலாக்கின்" ஒரு பிரதி, ஒரு சில கடிதங்கள். வயோதிகனான கலிலியோ ஒவ்வொரு கடிதத்தையும் கண்களுக்கு அருகில் கொண்டுவந்தும் தூரத்தில் பிடித்தும் வாசிக்க முயற்சிக்கிறார். கடிதங்களை படிப்பதற்கு மிகவும் சிரமப்படுகிறார். கண்பார்வை மிகவும் மங்கி விட்டது).

கலிலியோ: காவ்லிறி பாதிரியாரின் கடிதம்! ஒரு ஜெசூட் பாதிரியாராக இருந்த போதிலும் அவர் எழுதியிருப்பதைப் பார்த்தாயா?

(சந்தோஷத்தில் சிரிக்கிறார். மேடையில் கில்பர்ட் வருகிறார், அவரைப் பார்த்து)

வா, சகோதரனே உன்னைப் பார்த்து பத்து பன்னிரண்டு மாதங்கள் இருக்குமல்லவா?

கில்பர்ட்: சில குடும்ப பிரச்சினைகள், அதனால்தான் வர இயலவில்லை.

கலிலியோ: அதன் பின்னர் என்னென்னமோ நடந்துவிட்டது.

(எழுந்து பாதி சிரத்தையோடு "டயலாக்கின்" பிரதியை எடுத்து கில்பர்ட்டிடம் கொடுத்துக்கொண்டே) இதோ என் வாழ்வின் லட்சியம். எனது உயிரினும் மேலான "டயலாக்" இன்று ஒளி பெற்றுள்ளது. எனது மிக உன்னதமான கனவு இன்று நிறைவேறுகிறது.

(கில்பர்ட் ஆனந்தத்துடன் புத்தகத்தைப் பார்க்கிறார். முதல் பக்கத்தைத் திருப்பும்போது கலிலியோ தொடர்ந்து பேசுகிறார்)

கலிலியோ : அந்த பக்கத்தைப் புரட்டிப் பார். போப் அரசரின் அதிகாரபூர்வமான தணிக்கையாளர்களின் அனுமதி கிடைத்துள் ளதைப் பார்த்தாயா? புத்தகம் தணிக்கை செய்யப்பட்டு அச்சடிக்க தரப்பட்டுள்ள அனுமதியைப் பார். நான் அதற்காக இரண்டு வருடங்கள் சிரமப்பட்டாலும் கடைசியாக அது கிடைத்து விட்டது கில்பர்ட்.

கில்பர்ட்: இப்போது கலிலியோ தன்னைக் காப்பாற்றிக்கொண்டு விட்டார். போப்பரசரின் அனுமதியுடன் புத்தகம் வெளியிட முடிந்ததில் இனி எந்த ஒரு இடையூறும் இருக்காதல்லவா?

கலிலியோ: அது உண்மைதான். ஆனால், இதற்குள் கோபர்நிக்கஸின் பேரும் புகழும் இப்புத்தகத்தின் மூலம் ஐரோப்பா முழுவதும் பரவி விட்டது என அநேகம் வாசகர்கள் எனக்கு எழுதியுள்ளனர்.

நினைத்தாலே சிரிப்பு வருகிறது. வைதீக பாதிரிகளால் அங்கீகரிக்கப்பட்ட புத்தகம் கோபர்நிக்கஸிற்கு பேரும் புகழும் தேடித்தரும் எதிர்மறையான நிகழ்ச்சி. இதில் தான் என் வெற்றி அடங்கியுள்ளது.

கில்பர்ட்: உங்களுடைய விஞ்ஞான கருத்துகள் அனைத்தும் இதில் விரிவாக விளக்கப்பட்டுள்ளதல்லவா?

கலிலியோ: அது மாத்திரமல்ல. கில்பர்ட் என்னுடைய எல்லா கருத்தோட்டங்களும், விஞ்ஞான தத்துவ விளக்கங்களும் இதில் அடங்கும். இறைவனின் படைப்பான இப்பிரபஞ்சத்தின் ரகசியங்களை நாம் கண்டறிவதன் மூலம் நாம் இன்னும் கூடுதலாக இறைவனை நெருங்குகிறோம் என்பதையும் நான் இதில் எழுதியுள்ளேன். ஒரு விஞ்ஞானி இவ்விதம் உண்மையாக கண்டறிவதன் மூலம் மோட்சம் லோகம் கிடைக்கும் என்பதை உன்னால் புரிந்து கொள்ள முடியும் எனக் கருதுகிறேன். புனித வேதப் புத்தகம் இல்லாமலேயே நாம் சுவர்க்கத்திற்குச் செல்ல முடியும் என்றுகூட நான் எழுதியுள்ளேன்.

கில்பர்ட்: மிகவும் புரட்சிகரமான கருத்துகள் அல்லவா? இன்றுவரை யாரும் சொல்லப் பயந்தவற்றை நீ சொல்லியிருக்கிறாய்.

கலிலியோ: கில்பர்ட் இது என்னவென்று பார். ஐரோப்பாவில் பல பாகங்களிலுமிருந்தும் அநேக அறிஞர்கள் என்னுடைய நூலைப் படித்துவிட்டு எழுதிய கடிதங்கள். இதோ பார் ஒரு மத குருவான "காவ்லறி" எழுதிய கடிதம் எனக்குக் கண்பார்வை சரியில்லை, நீயே படி.

(கில்பர்ட் கடிதத்தை கையிலெடுத்து உரக்கப் படிக்கிறார்)

கடிதம்... "அதி அற்புதமான அழகிய நடையில் மிகக் கூர்மையான கருத்தாழமிக்க வார்த்தைகளால் எழுதப்பட்ட ஒரு இலக்கியப் படைப்பாகும். "டயலாக்" விஞ்ஞானத்தையும் தத்துவத்தையும் இணைத்து எழுதப்பட்ட இப்படைப்பு கலிலியோவைத் தவிர வேறு யாராலும் இயலாத காரியமாகும்.

கலிலியோ: இதோ, இவை எல்லாமே பல அறிஞர்களும் எனக்கு எழுதிய கடிதங்கள்.

கில்பர்ட்: (கில்பர்ட் கடிதங்களை எடுத்துப் பார்க்கிறார்.) இதுயார்? இலகானியோ பிககளோமினி?

கலிலியோ: எனது ஒரு நெருங்கிய நண்பன். எப்போதும் எனது நலனுக்காக வேண்டிக் கொள்ளும் ஒரு ஆர்ச்பிஷப். இவர் சீனோவில் இருக்கிறார். நாங்கள் குடும்ப நண்பர்கள்.

(கில்பர்ட் கடிதத்தை உரக்கப் படிக்கிறார்)

"பிரபு தாங்கள் எழுதிய புத்தகம் மிகவும் நன்றாக இருக்கின்றது. திருச்சபை அங்கீகரிக்கவில்லை எனினும் கோபர்நிக்கஸின் தத்துவங்களை இத்தனை அழகாக சொல்லியிருப்பதைப் படிக்கும் நான் உங்களை ஆராதிக்கிறேன். விஞ்ஞான உலகின் வரலாற்றில் ஒரு கிடைப்பதற்கரிய பொக்கிஷமாக என்றும் இந்த புத்தகம் போற்றப்படும். நீங்கள் இனிமேலாவது சற்று ஓய்வு எடுத்துக் கொள்ள வேண்டும். எனது விசாலமான மாளிகையில் முன்னைப் போலவே இப்போதும் உங்களுக்கென ஒரு அறை நான் ஒதுக்கி வைத்துள்ளேன். நீங்கள் அங்கு வந்து ஓய்வு எடுத்துக்கொள்ளுங்கள்.

(கலிலியோ மன நிறைவுடன் சிரிக்கிறார்)

கலிலியோ: ஆமாம், போகவேண்டும். அங்கு போக வேண்டும். ஆனால், என்னால் போக இயலாது; கில்பர்ட் நடக்கவும் முடியவில்லை. நடு முதுகில் மாத்திரமல்ல, ஒவ்வொரு மூட்டுக்களிலும் நல்ல வலி இருக்கிறது. இது வாதநோய்தான். வாதம்... கண்பார்வையும் சரியில்லை. இப்படி இருக்கையில் நான் எப்படிப் போக முடியும்?

(ஒரு அறிவிப்பாளன், ஒரு கடிதம் கொண்டு வந்து கலிலியோவின் கையில் கொடுத்து விட்டுப் போகிறான். கலிலியோ கடிதத்தை கில்பர்ட்டிடம் கொடுத்துக்கொண்டே)

இதை கொஞ்சம் பிரித்துப்படி. இன்னுமொரு பாராட்டுக் கடிதமாக இருக்கும். யார் எழுதி இருக்கிறார்கள் என்று பார்.

கில்பர்ட்: யார் அது லான்டி?

கலிலியோ: தெரியவில்லையே! எனது "டயலாக்" கின் வாசகனாக இருக்கும். கடிதத்தில் என்ன எழுதியிருக்கிறது? புத்தகங்கள் இன்னும் நிறைய வேண்டுமென்றா?

(கில்பர்ட் கடிதத்தில் ஆழ்ந்து போகிறார்)

கலிலியோ: (பொறுமையின்றி) கடிதத்தைப் படி கில்பர்ட். (கில்பர்ட்டின் முகத்தைக் கூர்ந்து பார்த்துவிட்டு) ஏன் நீ எதையோ சொல்லத் தயங்குகிறாய். என்ன நேர்ந்தது? ஏன் கடிதத்தை உரக்கப் படிக்கவில்லை?

(கில்பர்ட் துயரத்தை அடக்கிக்கொண்டு கடிதத்தை படிக்கிறார்.)

"அன்புள்ள நண்பனே, தாங்கள் எழுதியுள்ள புத்தகத்தின் விற்பனையைத் தடை செய்ய போப் ஆணை பிறப்பித்துள்ளார். புத்தகம் தடைசெய்யப்பட்டுள்ளது.

கலிலியோ: (திடுக்கிட்டு) என்ன? என்ன அக்கிரமம்? எங்கேயோ தவறு நடந்திருக்கிறது. எனக்குத்தான் அனுமதி கிடைத்திருந்ததே கில்பர்ட். பின்னர் ஏன்..... எனது விரோதிகள் கடைசிப்

போராட்டத்திற்காக எனக்கெதிராக சதித்திட்டம் வகுத்திருப் பார்களோ?

(கில்பர்ட் மிகுந்த வேதனையுடன் கலிலியோவின் கண்களை சந்திக்க மனமின்றி முகம் திரும்பி நிற்கிறார். கலிலியோ யோசிக்கிறார். சிந்தனையின் முடிவில் முகத்தில் இனம் புரியாத பயம் தோன்றுகிறது. பயத்தில் நடுங்கி கூனிக்குறுகி தரையில் உட்கார்ந்து விடுகிறார். (தலையில் கைகளை வைத்துத் தாங்கிக் கொண்டே)

கலிலியோ: அவர்கள் ரோமில் ஒன்றுகூடி போப்பரசரை எனக்கெதிராக தூண்டிவிட்டிருந்தால்...

கில்பர்ட்: அப்படி ஒன்றுமிருக்காது. வீணாகப் பயம் வேண்டாம்.

கலிலியோ: இல்லை, இல்லை. திருச்சபையின் நீதிமன்றத்தின் நடைமுறைகளைப் பற்றி கில்பர்ட் உனக்குத் தெரியாது. மிக ரகசியமாக யுத்த முஸ்தீபுகளைப் போல் அவர்கள் காரியங்கள் செய்வார்கள்.

கில்பர்ட்: எனது நண்பனே! எழுந்திருங்கள். நிதானமாக இருங்கள். நீங்களாகவே அதிகமாக கற்பனை செய்து கொள்கிறீர்கள்.

கலிலியோ: ஆனால் இப்படி எதிர்பார்த்திராத ஒரு பலமான அடி... *(யோசித்து ஒரு நிமிடம் உள்ளே பார்த்துவிட்டு)* அப்படியானால்... அவர்கள் எந்த நிமிடமும் வரக்கூடும் வந்து விடுவார்கள்... வந்து விடுவார்கள். என்னைக் கொல்ல ஈட்டிமுனை கூராக்கப்பட்டிருக்கும், சகோதரனே...

கில்பர்ட்: *(தரையில் அவர் பக்கத்திலமர்ந்து சமாதானப்படுத்தும் எண்ணத்துடன்)* அப்படி இருக்காது கலிலியோ! நடக்கக்கூட முடியாத, கண்கள் சரியாகப் பார்க்க முடியாத, உன்னைப் போன்ற வயது முதிர்ந்த ஒருவரை ரோம் வரைக்கும் பிடித்துக் கொண்டு போய் தண்டிப்பதற்கு அவர்களுக்கு மனம் வராது கலிலியோ. அந்த அளவு இரக்கமில்லாமல் நடந்துகொள்ள மாட்டார்கள். கலிலியோ, அமைதியாக இருங்கள்.

(திரை)

அரங்கம் பதினொன்று

(திரை விழுந்தபடியே இருக்க........ மேடையில் அச்சத்தைத் தரும் அமைதி. பின்னர் நிதானமாக ஏதோ துர்சம்பவத்தை உணர்த்தும் சில அறிகுறிகள், ஒலிகள், பின்னர் சிறிது நேரம் பயங்கரமான அமைதிக்குப் பின்... திரைக்குப் பின்னால் மேடையில் சில பேச்சுக் குரல்கள். திரை விலகவில்லை.)

கனமான ஒரு குரல்: கலிலியோ நீ எங்கிருக்கிறாய்? தளர்ந்த பலகீனமான கலிலியோவின் குரல் பதிலளிக்கிறது. "கடைசியாக நீ வந்து விட்டாயா சகோதரனே. வா நான் இதோ கிடக்கின்றேன்."

முதல் குரல் : (அதே கனத்துடன்) நான் உங்களுக்கு சம்மன்ஸ், நீதிமன்றத்தின் உத்தரவைத் தர வந்துள்ளேன். உடனேயே நீங்கள் ரோமிற்கு செல்ல வேண்டுமென ஆணை பிறப்பிக்கப்பட்டுள்ளது.

கலிலியோவின் குரல் : அதை நான் ஏற்றுக் கொள்கிறேன்.

முதல் குரல் : அப்படியானால் எழுந்து உட்காருங்கள். என்ன, முடியவில்லையா? நான் பிடித்துக் கொள்கிறேன். நீங்கள் இதைக் காகிதத்தில் எழுதுங்கள். நான் சொல்கிறபடி எழுதுங்கள்.

(எழுத வேண்டியதை ஒவ்வொரு வார்த்தையாக நிறுத்தி நிறுத்தி சொல்வது கேட்கிறது.)

"ப்ளாரன்ஸ் - அக்டோபர், 1-1632. நான் கலிலியோ கலிலி (என்ன கண்கள் சரியாக தெரியவில்லையா கவனமாக சரியாக எழுதுங்கள்). நான் ரோமிற்கு உடனே வர வேண்டுமென்று தாங்கள் அனுப்பிய ஆணையைப் பெற்றுக் கொண்டுள்ளேன். நான் இவ்வாணையை சிர மேற்கொண்டு, இந்த சம்மதப் பத்திரத்தை என் கைப்பட எழுதுகிறேன், என்றும் ஒப்புக்கொள்கிறேன். ஆண்டவனுக்கு வணக்கம் - கலிலியோ கலிலி (இனி கையொப்பம்)

(திரைக்குப் பின்னால் சோகம் நிறைந்த ஒலி கேட்டுக் கொண்டிருக்கின்றது.)

(திரை)

அரங்கம் பன்னிரண்டு

(ரோமில் தூதுவர் நிகோஸிளியின் அறையில் கலிலியோ வேதனையுடன் உட்கார்ந்திருக்கிறார். மிகவும் நலிந்து போன உடல் நிலையுடன், வாடிய முகத்துடன் காட்சியளிக்கிறார். மேடையில் எல்லோருக்கும் தெரியும்படியாக தூதுவரின் பெயர்ப் பலகை மாட்டியுள்ளது. சில நிமிடங்களுக்குள் தூதுவர் அறையில் பிரவேசிக்கிறார். கலிலியோ எழுந்து நிற்க முயற்சிக்கும் போது தூதுவர் அவரைத் தடுத்து, கைகளால் தாங்கி உட்கார வைக்கிறார். அவரது முகத்தில் பச்சாதாபம் தெரிகிறது!

தூதுவர்: உங்களால் இப்போது நடக்கக்கூட இயலவில்லையா? எப்படி ரோம் வரையிலும் பயணம் செய்ய முடிந்தது.

(கலிலியோ ஒன்றும் பேசாமலிருக்கிறார். பரிதாபமாகப் பார்க்கிறார்.)

தூதுவர்: கலிலியோ, நான் உங்கள்மீது மிகவும் பரிதாபப்படுகிறேன். எல்லோரும் போகிற வரையிலும் நான் காத்திருந்தேன். உங்களோடு தனியாக சில ரகசியங்கள் பேச வேண்டும் என்பதற்காக.

(பின்னரும் கலிலியோ தூதுவரை பரிதாபமாகப் பார்க்கிறார். தலையை மாத்திரம் ஆட்டுகிறார்.)

தூதுவர்: நீங்கள் பெரிய ஆபத்தில் மாட்டிக் கொண்டிருக்கிறீர்கள். உங்கள் விவகாரத்தை போப்பரசரே நேரிடையாக தலையிட்டு நடத்துகிறார்.

கலிலியோ: என்ன போப்பாண்டவரா? அந்த புண்ணியர்தாம் எனக்கு மிகவும் வேண்டிய நண்பராச்சே!

தூதுவர்: நண்பனாகத்தான் இருந்தார். ஆனால் இப்போது உங்களது மிகப் பெரிய விரோதியாக மாறிவிட்டார் - அதற்குக் காரணம் இருக்கிறது.

(கலிலியோ : கேள்விக்குறியுடன் தூதுவரைப் பார்க்கிறார்.)

தூதுவர்: முதலாவதாக வெறும் கற்பனை வடிவத்தில் என்றிருந்த போதிலும், மிகத் தெளிவாகவும், திட்டவட்டமாகவும் கோபர்நிக்கஸின் கருத்துகளை நீங்கள் உங்கள் "டயலாக்கில்' தெள்ளத் தெளிவாகக் கூறியிருந்தீர்கள். கொஞ்சம் கூர்ந்து கவனித்தால் "டயலாக்கில்" கோபர்நிக்கஸின் தத்துவங்கள் தான் வெற்றி பெறுகின்றன. அது மிக ஆபத்தான ஒரு தத்துவம் என்றும், திருச்சபையை நிலைகுலையச் செய்யும் என்றும் போப் திருவுள்ளம் கருதுகிறது. தூதுவர்

கலிலியோவை கூர்ந்து கவனிக்கிறார். ஒரு நிமிட மவுனத்திற்குப் பிறகு தூதுவர் தொடர்ந்து சொல்கிறார்) ஒரு புறம் அரசியல் ரீதியான தலைமைக்காக போர்புரிந்து கொண்டிருக்கும் இந்த நெருக்கடியான காலகட்டத்தில் உள்ளிருந்து இம்மாதிரி அக்கிரமங்களை அனுமதிக்க முடியாது என்பதே அவரது முடிவு. கலிலியோ கேட்டுக் கொண்டிருக்கிறீர்களல்லவா?

(கலிலியோ தலையாட்டுகிறார்.)

தூதுவர்: இன்னும் இந்த அளவுக்கு அவருக்கு வெறுப்பு ஏற்பட இன்னொரு காரணமும் இருக்கிறது.

கலிலியோ: *(புரியாமல், மேலும் வருத்தத்துடன் அது என்ன ஐயா?)*

தூதுவர்: *(சுற்றுமுற்றும் பார்த்துவிட்டு, மிக மெல்லிய குரலில்)* இங்கே, ரோமில் அது ஒரு திறந்த ரகசியம் "டயலாக்கில்" வரும் அந்த அடிமுட்டாள் பாத்திரமான சிம்ப்ளிகோ, போப்பாண்டவரைத்தான் சித்தரிக்கிறது என்று இங்குள்ளவர்கள் கருதுவதுதான் அது.

(கலிலியோ யாரோ தன்னை சாட்டை கொண்டு திடீரென தாக்கியது போல் திடுக்கிடுகிறார். தட்டுத்தடுமாறி எழுந்து நிற்கிறார்.)

கலிலியோ: இல்லை இல்லை! நானப்படி கனவிலும் கருதிய தில்லை. ஐயோ! எவ்வளவு பெரிய பொய் இது. இது சதியேதான். என்து விரோதிகள் இப்படிப் பொய் சொல்லி அவரை நம்ப வைத்துள்ளார்கள்.

(உணர்ச்சி வசத்தால் நடுங்குகிறார்.)

தூதுவர்: ஆனால் அவர் உங்களிடம் கேட்ட கேள்விகளை அதே மாதிரி அதே வார்த்தைகளில் சிம்ப்ளிகோ கேட்கிறார் அல்லவா? அது எதனைக் காட்டுகிறது. இது சரியான ஆதாரம் அல்லவா? அவர் இதனைப் புரிந்துகொள்ளவில்லை என்றால்தான் ஆச்சர்யப்பட வேண்டும்.

கலிலியோ: நான் அவரைப் பார்ப்பேன். அவர் காலைப்பிடித்து மன்னிப்புக் கேட்பேன். இது பொய் என்று சொல்லப்போகிறேன்.

தூதுவர்: அது இனி, நடக்கக்கூடிய காரியமில்லை. இனி ஒரு போதும் உங்களுக்கு அதற்கான அனுமதி கிடைக்காது. அது மட்டுமல்ல, உங்களைப் பார்க்க நேரிட்டால் அவரது கோபம் இன்னும் அதிகரிக்கும். (கொஞ்சம் நேரம் யோசித்துவிட்டு) கலிலியோ, நான் மிகவும் வருந்துகிறேன். உங்களை இங்கே தங்க வைத்து உபசரிக்க நான் விரும்பினேன். ஆனால் அது இப்போது சாத்தியமில்லை. அவர்கள் உங்களை நீதிமன்றத்திற்கு அழைத்துச் செல்வார்கள். விசாரணை முடியும் வரையில் நீதிமன்ற சிறையில் நீங்கள் அடைக்கப்படுவீர்கள்.

(கலிலியோ பெருமூச்சு விடுகிறார்.)

கலிலியோ: என்ன சிறையிலா? கொலையாளிகளைப் போலவா? (யோசித்தப்பின்) இல்லை என்னைக் காப்பாற்ற வழியே இல்லை.

நான் சிறையில் அடைக்கப்பட்டுக் கிடந்து நரக வேதனை அனுபவித்து மடியத்தான் போகிறேன்.

தூதுவர்: முழு உண்மையையும் வெளிக் கொணர்வதற்காக அவசியமேற்பட்டால், உங்களை உடல் ரீதியாக துன்புறுத்தவும் அவர்கள் முடிவு செய்துள்ளார்கள். எல்லாம் நிரூபிக்கப்பட்டால் (கொஞ்சம் நிறுத்திவிட்டு) ஒருவேளை நீங்கள் கூட அறிந்திருப் பீர்கள், தண்டனை என்னவாக இருக்குமென்று? உங்களை அவர்கள் ஈட்டியால் குத்தி எடுத்து எரியும் தீயில் கோழியைப் போல் வறுத்தெடுப்பார்கள்.

(கலிலியோ அஞ்சி நடுங்குகிறார். துயர மிகுதியால் விம்மி அழுகிறார்.)

தூதுவர்: அன்பு சகோதரனே, உங்களுக்கு இந்தத் துரோகம் நடக்கக் கூடாது என்று என்னால் வேண்டிக் கொள்ள முடியும். அதற்கு ஒரே ஒரு வழி இருக்கிறது.

கலிலியோ: நான் என்ன செய்யவேண்டுமென்று சொல்லுங்கள். எதுவானாலும் செய்கிறேன்.

தூதுவர்: ஒன்று செய்தால் போதுமானது. ஆனால் தங்களைப் போன்றவர்களுக்கு அது செய்வது எத்தனை கஷ்டமானது என்பதை நானறிவேன். ஆனால் அது ஒன்றுதான் வழி.

கலிலியோ: நான் என்ன செய்ய வேண்டும்?

தூதுவர்: விசாரணை செய்யும் போது அவர்கள் சொல்லும் எல்லாவற்றையும் எதிர்த்து சொல்லாமல் இருந்து விடுங்கள். அவர்கள் சொல்லும் ஆதாரங்கள் எல்லாவற்றையும் மறுக்காமல் ஒத்துக் கொண்டு விடுங்கள். அவர்கள் சொல்லும் சாட்சியங்களும் விளக்கங்களும் பொய்யாகவே இருந்தாலும் நீங்கள் மறுக்காமல் சரி என ஒத்துக்கொள்ளுங்கள்.

கலிலியோ: நடக்காத காரியம்.

தூதுவர்: அப்படி நடந்தே ஆகவேண்டும். இல்லாவிட்டால் திருச்சபையின் நீதிமன்றம் பொய் சொல்வதாக கலிலியோ கூறிவிட்டார் என்று இன்னுமொரு குற்றம் உங்கள் மீது சுமத்தப்படும்.

கலிலியோ: என்ன அநியாயம்?

தூதுவர்: வேறு வழியில்லையே... முடிவில் நீங்கள் கோபர்நிக்கஸின் தத்துவங்கள் தவறு என ஒத்துக்கொள்ள வேண்டும்.

கலிலியோ: ஐயோ, நீங்கள் என்ன சொல்கிறீர்கள். அதைவிட நான் இறப்பதே மேல் அல்லவா?

தூதுவர்: நான் சொல்லிவிட்டேன். ஈட்டி முனையில் குத்தப்பட்டு, தீயில் வெந்து துடித்து சாவதைக் காட்டிலும் இதுதான் நல்லது. இவ்வித குற்றங்களுக்குச் சரியான ஏகோபித்த முடிவைச் சொல்வதற்கு, வேத சாஸ்திர வல்லுனர்களுக்கு மாத்திரமே, மதத்தலைவர்களுக்கு மட்டுமே சக்தியும், அதிகாரமும் உண்டு என்று நீங்கள் கூறவேண்டும். மேலும், பெல்லார்மின் கார்டினால் தடை செய்தது முதல், நீங்கள் கோபர்நிக்கஸை ஒத்துக் கொள்ளவில்லை என்றும், வேத நூல்களில் கூறப்பட்டவை அனைத்தையும் முழுக்க முழுக்க ஏற்றுக் கொள்வதாகவும் நீங்கள் கூறவேண்டும். "டயலாக்" புத்தகத்தில் கோபர்நிக்கஸ் கூறிய கருத்துகள் சரிதான் என்று படிப்பவர்களுக்கு தோன்றும் விதமாக இருந்தால், அது தெரியாமல் நேர்ந்த பிழை என்றும், திருச்சபை அதனை மன்னிக்க வேண்டும் என்றும், அவற்றை யாவரும் அறிய திருத்தி எழுதவும், மன்னிப்பு கேட்கவும் தயாராக இருக்கிறேன் என்றும் சொல்ல வேண்டும்.

கலிலியோ: அப்படி என்றால் என்னுள் வாழும் விஞ்ஞானி கலிலியோ மடிய வேண்டும்! என்னுடைய எல்லா நம்பிக்கைகளையும் நான் துறக்க வேண்டும். அது இயலாத காரியம்.

தூதுவர்: உங்கள் மீது எனக்கிருக்கும் தனிப்பட்ட அன்பினால்தான் நான் தங்களுக்கு இந்த யோசனைகளைக் கூறினேன். நான் இவ்வாறு உங்களிடம் பேசியது வெளியே தெரிந்தால் நானும் சிறையிலடைக்கப்படுவேன். தங்களுக்கு இது எவ்வளவு வேதனை தரும் என்று நான் அறிவேன். இருப்பினும் நீங்கள் இது குறித்து யோசியுங்கள். 2, 3 நாட்கள் நடக்க இருக்கும் விசாரணையின் முடிவில், அந்த நிராதரவான நிலையில் உங்கள் மனம் உடைந்து போகும். அப்போது நீங்கள் நான் சொன்னதை ஏற்றுக்கொள்வீர்கள்.

கலிலியோ: இல்லை!

தூதுவர்: எந்த மனிதனுக்கும் அப்படிப்பட்ட ஒரு நிலையில் உயிரைப் பாதுகாத்துக் கொள்ள மனசாட்சியை வஞ்சித்துக் கொள்ளத்தான் வேண்டியிருக்கும், அதற்காக நாம் இறைவனிடம் அஞ்ச வேண்டியதில்லை... நண்பனே நான் சொல்லும் இந்த யோசனை வெட்ககரமானதுதான், இருந்தாலும் வேறு வழியில்லை என்பதை நீங்கள் உணர்வீர்கள்.

(கலிலியோ பரிதாபமான நிலையில் தலை குனிந்து உட்கார்ந்திருக்கிறார்)

(திரை)

அரங்கம் பதின்மூன்று

(ஸீனாயில் ஆர்ச்பிஷப் அஸ்கானியோ டிக்கோனியின் அரண்மனை. மேடையில் அதைக் காண்பிக்க பெயர் பலகை பொருத்தப்பட்டிருக்கும் பிஷப் ஒரு அழகிய இளைஞன். அவர் விறைப்புடன் மேடையில் உலவுகிறார்; உலவிக்கொண்டே தனது கருத்துகளை கூறுகிறார்.)

அஸ்கானியே: இருந்தாலும் என்னால் நம்பவே முடியவில்லை. எழுபது வயதாகிய ஒரு தள்ளாத மனிதனான கலிலியோவை இத்தனை கடுமையான விசாரணைக்கு ஆளாக்குவதை என்னால் நம்பமுடியவில்லை. அவருக்குப் பாதி உயிர் போய்விட்டது; அவரது கடைசி நாட்கள் இந்த விசாரணை நடக்கும் வரை கூட அவரால் தாக்குப்பிடித்து நிற்கக்கூடிய சக்தியிழந்தவர். இத்தனை நாட்கள் வரை தன் மீதுள்ள குற்றச்சாட்டுகளை எதிர்த்து நிற்க முயற்சித்ததே பெரும் சாதனைதான். நான் ரோம் நகரத்திற்கு விவரங்கள் தெரிந்து வர அனுப்பிய பாதிரியாரையும் இன்னும் காணவில்லையே...

(கொஞ்ச நேரம் சிந்திக்கிறார், பின்னர்...)

நாங்கள் குடும்ப நண்பர்கள். நான் மிகவும் ஏற்றிப் போற்றுகின்ற ஒரு மகாமேதை அவர். உண்மையையே நாடித்திரிபவர்... புரட்சியாளர்... *(கண்களை மூடிக் கொள்கிறார். பின்பு கண்களைத் திறந்து தூரத்தில் பார்க்கிறார்.* சரித்திரம் திருப்பிக் கொடுக்கும் ஒரு பலத்த அடியாக இருக்கும். எப்போதோ சத்தியத்திற்காக சிலுவையில் அறையப்பட்ட ஏசு கிறிஸ்துவின் பிரதிநிதிகளாகிய நாங்கள், இப்போது இன்னுமொரு சத்திய நேசனை சிலுவையில் அறையப் போகிறோம். ஏசு மீண்டும் உயிர்த்தெழுந்திருந்தாரானால் - "கலிலியோ நீயே - எனது உண்மையான சீடன்; உனக்கு மோட்சம் கிடைப்பதாக!" என்று அருளியிருப்பாரல்லவா? ஆனால் வெறும் ஒரு ஆர்ச் பிஷப்பான எனக்கு இதை எல்லாம் வெளியே சொல்லக்கூட இயலாத...

(மேடைக்கு நடுத்தர வயதுள்ள சாந்தமான ஒரு மதகுரு வருகிறார்.)

மதகுரு: ஆண்டவன் பேரால் தங்களுக்கு எனது வணக்கங்கள்.

(ஆர்ச் பிஷப் அஸகானியோ ஓடிச் சென்று மதகுருவோடு கைகுலுக்குகிறார்.)

அஸகானியோ: வணக்கம் ஐயா, நான் இத்தனை நாட்களாக உங்களுக்காகவே காத்துக் கொண்டிருக்கிறேன். வாருங்கள்... உட்காருங்கள்.

(இருவரும் உட்காருகின்றனர்.)

அஸகானியோ: விவரங்கள் அனைத்தும் உடனே சொல்லுங்கள் ஐயா.

மதகுரு: விவரங்களை அறிந்து மிகவும் வேதனையாக இருக்கிறது. மிக பலத்த கட்டுக்காவலுடன் விசாரணை நடந்தது. முடிவு தெரிவதற்காகவே நான் காத்துக் கொண்டிருந்தேன்.

அஸதானியோ: பிறகு என்னதான் நடந்தது சொல்லுங்கள் சீக்கிரம்.

மதகுரு: முதலில் கலிலியோ பிடித்துக் கொண்டு நின்று சமாளித்தார். ஆனால், அவரால் கொஞ்சமும் முடியாமல் போகவே கீழே (சாய்ந்து விழுந்துவிட்டார்) விசாரணை நடந்து கொண்டிருக்கும் போதே மயக்கமடையவும், சில நேரங்களில் சித்த சுவாதீனம் இழந்தவர் போலவும் மன உறுதி குலைந்து நடந்துகொண்டார்.

அஸகானியோ: பாவம்!

மதகுரு: அவருடைய மனநிலை பரிதாபகரமாக இருக்கிறது. உடல்நிலையோ அதைவிட இன்னும் மோசமாக இருந்தது. ஏற்கெனவே அவருக்கிருந்த வாத நோயும் மூட்டுகளின் வீக்கமும் அதிகமாகிவிட்டது. அதனால் ஏற்பட்ட பொறுக்க முடியாத வலியால் அவர் துவண்டு கொண்டிருந்தார். எல்லாமாகச் சேர்ந்து அவரை நிலைகுலையச் செய்துவிட்டது முடிவில்...

அஸகானியோ : முடிவில்?

மதகுரு: அவர், அங்கேயே, நீதிமன்றத்திலேயே கோப்பர் நிக்கஸை மறுத்துக் கூறினார்! புனித வேத நூலுக்கு எதிராக உள்ள கருத்துகள் முற்றும் தவறு என்று சொல்லிவிட்டார். பூமி அசையாமல் இருக்கிறது என்றும் சூரியன்தான் பூமியைச் சுற்றிக்கொண்டு இருக்கிறது என்றும், தான் இப்போது முழுக்க முழுக்க ஒப்புக்கொள்வதாக...

அஸகானியோ: அவர் ஒப்புக்கொண்டு விட்டாரா?

மதகுரு: ஆமாம்.

அஸ்கா: கடவுளே! அவரைக் கொண்டு இப்படி வலுக்கட்டாயமாக சம்மதிக்க வைத்தது இவர்களுக்கு என்ன லாபம்? அவர் எந்த அளவிற்கு வேதனைப்பட்டிருப்பார்? தான் எந்த லட்சியத்திற்காக இதுவரை வாழ்ந்தாரோ, அவற்றை எல்லாம் துறந்து மறுத்து பேச வேண்டுமென்றால்...

மதகுரு: நீதிபதிகள் அவரை அப்படியும் இப்படியும் குறுக்கு விசாரணை செய்தனர். அவர் உடல் துன்புறுத்தப்படும் என்று பயமுறுத்தினர். ஆனால், கலிலியோ வேறு ஏதோ உலகில் இருப்பது போல அதையே சொல்லிக் கொண்டிருந்தார். கோபர்நிக்கஸின் மறுத்துப் பேசியதிலிருந்து வேறு எதையும் பேசாமல் நின்றார்.

அஸகா: இப்போது அவருக்கு திருப்திதானே?

மதகுரு: வழக்கு அதிக நேரம் நீளாமல் அதோடு தீர்ப்பும் வழங்கப்பட்டது.

அஸகா: தீர்ப்பும் வழங்கிவிட்டார்களா? என்ன தீர்ப்பு வழங்கினார்கள்?

மதகுரு: பரிசுத்த நியதிகளுக்கு எதிராக செயல்பட்டதால் அவர் மிகுந்த சந்தேகத்திற்கு ஆளானவராகையால் ஆயுட்கால சிறைவாசமும்...

அஸகா: பின்னர்?

மதகுரு: அதோடு மூன்று வார காலத்திற்கு வாரத்தில் ஒரு நாள் வேதபுத்தகத்தில் குறிப்பிட்ட ஏழு ஜென்மங்களையும் சொல்ல வேண்டும் என்று தீர்ப்பளிக்கப்பட்டது.

அஸகா: அவர் விருப்பத்திற்கு மாறாக எல்லாவற்றையும் ஒப்புக் கொண்டுவிட்ட போதிலும் ஆயுட்கால சிறை உத்தரவா? சிறைக் கம்பிகளுக்கிடையே அவர் இறக்க நேர்ந்தால்... (மதகுரு பேசாமலிருக்கிறார்.)

அஸ்கா: போதும். கேள்வி கேட்டது போதும், என்னால் தாங்க இயலாது. (எழுந்திருக்கிறார்.)

மதகுரு: (எழுந்திருந்து கொண்டே) இன்னும் ஒரே ஒரு விஷயம் மிகவும் மோசமானது என்னவென்றால் (அஸகானியோ பெரும் வருத்தத்துடன் திரும்பி நின்று மதகுரு சொல்லப் போவதைக் கூர்ந்து கேட்க முனைகிறார்.)

மதகுரு: (தொடர்ந்து) அதற்கும் அடுத்த நாள் ஆலயத்தில் மக்கள் நிறைந்த சபையில் அவரைக் கொண்டு வந்து நிறுத்தி... அவர் நிலைகுலைந்து விழப்போகும் போது நான் அருகில் சென்று தாங்கிப் பிடித்துக் கொள்கிறேன்.

அஸகா: அப்போது... என்ன ஆயிற்று?

மதகுரு: அங்கு வைத்து குற்றப்பத்திரிகை வாசித்தளிக்கப்பட்டது. பின்னரும் குற்றவாளியிடம் வேத நூலில் கைவைத்து பலிபீடத்தை நோக்கி நின்று தன்மீது சுமத்தப்பட்ட குற்றப்பத்திரிகையை வாசித்தளித்து சம்மதம் தெரிவிக்குமாறு கட்டளை இட்டனர்.

(திடீரென மேடை இருட்டாகிறது இருட்டில் அஸகானியோவும் மதகுருவும் மறைந்து விடுகின்றனர்) பதிலாக கொஞ்ச தூரத்தில் பலிபீடத்தின் முன் நிராதரவாக முழங்காலிட்டு நிற்கும் கலிலியோவையும், அவரைப் பிடித்துக்கொண்டு மதகுரு நிற்பதுமாக மங்கிய வெளிச்சத்தில் தெரிகிறார்கள். பனி மூடியது போல அவர்களது உருவங்கள் மாத்திரம் மங்கலாகத் தெரிகிறது. கலிலியோவின் தீனமான குரல் கேட்கிறது. ஒரு தள்ளாத துயரம்

நிறைந்த வயோதிகன் பேசுவது போல் ஒவ்வொரு வார்த்தையாக நிறுத்தி, வாக்கியங்களை தொடர்பில்லாமல் பேசுவது கேட்கிறது. தூரத்தில் கேட்பது போல் பேசும் குரல் வந்து கொண்டிருக்கிறது.

"...இவ்வாறாக சூரியன்தான் உலகத்தின் மையம் என்றும். அது அசைவின்றி இருக்கிறது என்றும் மாறாக... பூமிதான் சூரியனை சுற்றி வருகிறது என்றும் கருதியது தவறு.... அது மத விசுவாசத்திற்கு விரோதமானது என்று தெரிந்தும்... அதை ஆதரித்து வாதாடியது. எனது நூலிலும் எழுதினேன், அதை நிலை நாட்டவும் முயற்சி செய்தேன். எனினும் நான் புனித திருச்சபையின் நியமங்களில் என்றைக்கும் விசுவாசமுள்ளவனாக இருந்தேன். இன்றும், விசுவாசிக் கிறேன். இனி என்றைக்கும் விசுவாசமுள்ளவனாயிருக்கிறேன். பூமி அசைவற்று இருக்கிறது என்றும், பூமிதான் உலக மையம் என்றும், சூரியன்தான் பூமியை சுற்றி வருகிறது என்றும் மனப்பூர்வமாக நம்புகிறேன். சம்மதிக்கிறேன். இதற்கு மாறாக தவறாக எழுதியதற்காக வருந்துகிறேன். பூமிதான் சுற்றுகிறது என்று நான் சொன்னது மிகவும் அபத்தமானது என்று தெவித்துக்கொள்கிறேன். இனிமேல் மத கொள்கைகளுக்கு எதிராக புனிதமான வேத நூலுக்கு எதிராக எதுவும் சிந்திக்கவோ, எழுதவோ மாட்டேன்... அப்படிச் செய்தால்... நியமப்படி கூறப்பட்டுள்ள மிகப் பெரிய தண்டனை எதுவாயினும் நான் ஏற்றுக்கொள்ள சித்தமாயிருக்கிறேன். என்றும் புனித மறை நூலின், மேல் ஆணையான புனித நீதிமன்றத்தின் நீதிமான்களான புண்ணியாத்மாக்களாகிய கர்டினால்களுடைய சன்னதியில் நான்... கலிலியோ கலிலி... வயது எழுபது...

(கலிலியோவின் குரல் மெல்ல மெல்ல தேய்ந்து மறைந்து கேட்க முடியாமல் போய்விடுகிறது... அப்போது மேடையில் மறுபடியும் ஒளி வீசுகிறது. மதகுருவும் அஸகானியோவும் மேடையில் நிற்கின்றனர். அஸகானியோ மதகுரு விவரித்தவற்றை எல்லாம் கேட்டு துன்பமிகுதியால் கைகளால் இரு கண்களையும் மூடிக் கொள்கிறார்.)

மதகுரு: *(துயரத்தால் தொண்டை அடைக்க நா தழுதழுக்க இவ்விதம் சத்தியம் செய்து முடித்ததும் அவர் வேர்த்து விறுவிறுத்து சாய்ந்து விட்டார். நான் அவரைக் குனிந்து பிடித்த போது... (சொல்லிக் கொண்டே வந்தவர் நிறுத்துகிறார் - முகத்தில் பீதி நிலவுகிறது.)*

அஸகா: *(முகத்திலிருந்து கைகளை அகற்றி மதகுருவைப் பார்த்தவாறே ஆர்வத்துடன்)* பிடித்த போது?

மதகுரு: அவர் முணுமுணுத்த வார்த்தைகளை மற்றவர்கள் கேட்டிருந்தால் உடனே அவரை தீக்கிரையாக்கிருப்பார்கள்?

அஸகா: அப்படி அவர் என்ன சொன்னார்?

மதகுரு: "ஆயினும் அது சுற்றிக் கொண்டிருக்கிறது" என்றார்.

அஸகா: என்ன ஒரு துணிச்சல்! இத்தனை கொடுமையான துன்பங்கள் அனுபவித்தும் பலிபீடத்தின் முன்பு சத்தியம் செய்து கொடுத்து, மூர்ச்சையாகி விழும் போதும் இவரில் வாழும் விஞ்ஞானி தன்னை மறந்து கூறிய வார்த்தைகள் அவை "ஆயினும் பூமி சுற்றிக் கொண்டிருக்கிறது" ஓ! என்ன வார்த்தைகள்.

மதகுரு: அதிர்ஷ்ட வசமாக யார் காதிலும் அது விழவில்லை. உடனே அவரை சிறைக்குக் கொண்டு சென்றுவிட்டனர்.

(அஸ்கானியோவிடமிருந்து ஒரு சோகம் நிறைந்த பெருமூச்சு.)

மதகுரு: ஒரே ஒரு ஆறுதல்.

(அஸகானியோ கேள்விக்குறியுடன் அவரைப் பார்க்கிறார்.)

மதகுரு: அடுத்த நாளே தண்டனை முழுமையாக நிறைவேற்றப்படுவதை தடுத்து விட்டார்.

அஸகா: என்ன, நம்பமுடியவில்லையே!

மதகுரு: ஆனாலும் அதுதான் உண்மை. கலிலியோவிற்கு ஒரு பாடம் கற்பிக்க முடிந்ததல்லவா? கோபர் நிக்கஸினை ஒழிக்கவும் செய்ய முடியாதல்லவா? அது மட்டுமின்றி கலிலியோ அறிவித்தவற்றை உலகெங்குமுள்ள தேவாலயங்களில் பிரார்த்தனைக் கூட்டத்தில் படிக்கவும் உத்தரவிட்டுள்ளார். அதனால்தான் கலிலியோவை சிறையிலடைக்காமல் வீட்டுக்காவலில் வைக்கும்படி திருவுள்ளம் ஆணையிட்டிருக்கிறார்.

அஸகா: ஆண்டவனுக்கு நன்றி. அவரை சித்திரவதை செய்துள்ளார்கள் என்ற கெட்ட பெயர் ஏற்படாமல் திருச்சபை காப்பாற்றப்பட்டதே!

(திரை)

அரங்கம் பதினான்கு

(ஸீனாவில் ஆர்ச்பிஷப் அஸகானியோவின் அரண்மனை. மிகப்பெரிய அந்த அரண்மனையில் மிக அழகான பூந்தோட்டம்; நன்கு அமைந்த ஒரு ஆசனத்தில் உட்கார்ந்திருக்கிறார். கலிலியோ மிகவும் வயதாகிவிட்ட தோற்றம் அவரது நிலைமையில் சற்று முன்னேற்றம்; முகத்தில் நீண்ட நாளைய அனுபவத்தின் முத்திரைகள்; இருந்த போதிலும் மரணதண்டனையிலிருந்து விடுபட்ட ஒரு நிம்மதி, தோட்டத்தைப் பார்த்துக்கொண்டு சிந்தனையிலாழ்ந்திருக்கிறார். அஸகானியோ அங்கு வருகிறார்.)

அஸகா: எனது தோட்டத்தில் உட்கார்ந்துவிட்டால் எல்லா மனக்கவலைகளும் மறந்து போகும் இல்லையா பிரபு...?

(கலிலியோ சிரிக்கிறார்.... சிரிப்பில் பலஹீனம் தெரிகிறது.)

அஸகா: ஒரு மாதம் ரோமில் தங்கி இருந்ததில் நீங்கள் இன்னும் மோசம் அடைந்து விட்டதாலும் அங்கேயே மரணமடைய நேரிட்டால் தங்களுக்கு கெட்ட பெயர்வந்துவிடும் என்று பயந்து உங்களை இங்கு அனுப்பி வைத்திருக்கிறார்கள். இங்கு வந்து சேரும்போது நீங்கள் முழுமையாக சித்த பிரம்மை பிடித்தவராகவே இருந்தீர்கள். இரண்டு மாதங்களாகின்றன. இன்று நீங்கள் மறுபிறவி எடுத்தவர் போலிருக்கிறீர்கள். (சிரித்துக் கொண்டே) கலிலியோ உயிர்த்தெழுந்தார் அப்படித்தானே!

கலிலியோ: (ஈனசுரத்தில்) இல்லை உங்களுக்குத் தெரிந்த அந்த கலிலியோ இறந்து விட்டான்.

அஸகா: என்ன சொல்கிறீர்கள்.

கலிலியோ: (துயரத்துடன்) கலிலியோவிற்கு இரண்டு மரணங்கள். விஞ்ஞானி கலிலியோ ரோமில் விசாரணையின் போது இறந்து விட்டான். ஒரு போதும் அவன் உயிர்த்தெழப் போவதில்லை.

அஸகா: முட்டாள்தனமாக பேசாதீர்கள். சென்ற இரண்டு மாதங்களாக நான் உங்களிடம் இப்பிரச்சினைகள் குறித்து பேசவில்லை. உங்கள் உடலும் உள்ளமும் தேறுவதற்காக காத்துக்கொண்டிருந்தேன். இன்று நிலைமை மாறிவிட்டது.

கலிலியோ: ஆனால், நான் ஒரு பெரிய பாவி. தெய்வமே மனசாட்சிக்கு விரோதமாக பலிபீடத்தின் முன்னால் .....

அஸகா: என்ன நீங்கள் குழந்தை மாதிரி பேசிக்கொண்டு? மறைநியமங்களை பற்றி உங்களைவிட நான் நன்றாக அறிவேன். நீங்கள் ஒரு பாவமும் செய்யவில்லை என்று நான் கூறுவேன்.

கலிலியோ: நான் பாவம் செய்யவில்லையா?

அஸகா: உங்கள் உயிருக்காக நீங்கள் முழு நினைவின்றி இருக்கும் போது சொன்னவற்றிற்கு நீங்கள் பொறுப்பாக முடியாது; அதில் மனசாட்சி என்ற பிரச்சினைக்கே இடமில்லை.

கலிலியோ: நீங்கள் ஒரு மதத்தலைவர் என்பதை மறந்து விட்டீர்களா?

அஸகா: இருக்கட்டுமே, அதனாலென்ன... பூமி சுற்றினாலும் சூரியன் சுற்றுவதனாலும் திருச்சபை ஆட வேண்டியது அவசியமில்லை. (திருச்சபைக்கு அதன் சொந்த தார்மீக அடிப்படை என்ற ஒன்று இருக்கிறது. வேதனைப்படுபவர்களுக்கு ஆறுதல் சொல்வது திருச்சபையின் அடிப்படை நோக்கம்.)

கலிலியோ: ஆனால் மத நம்பிக்கைகள்...

அஸகா: அவையும் மாறலாம் கலிலியோ... உங்களைத் தண்டிக்க இந்தச் சபை முன்வரக்கூடாது என்று எதிர்பார்க்கும் மதத்தலைவன் நான். அதனால் ஒன்றும் விளையப்போவதில்லை என்று வருங்கால சரித்திரம் தெளிவாக்கும். உங்களது விசாரணையின் காரணமாக உங்கள் பெயரும், மற்ற நாடுகளுக்கும் பரவியது. "டயலாக்" ஆங்கிலத்திலும் மற்ற மொழிகளிலும் மொழி பெயர்க்கப்பட்டுள்ளது. ரோமில் உங்களைப்பற்றித் தெரிந்ததைவிட இங்கிலாந்து மக்கள் கூடுதலாக உங்களைத் தெரிந்துள்ளனர். எதைத் தலைதூக்க விடாமல் செய்து மறைத்துவிட வேண்டும் என்று கருதினார்களோ அது அந்த விசாரணை மூலம் உலகப் பிரசித்தி பெற்றுவிட்டது! என்ன ஒரு எதிர்மறையான விளைவு!

கலிலியோ: இது மிகவும் அதிசயம்.... (திடீரென்று) ஓ! நான் அப்படி சொல்லியிருக்கக் கூடாது.

அஸகா: பரவாயில்லை... இப்போது நீங்கள் விஞ்ஞானி கலிலியோ மரித்து பின்னர் உயிர்தெழுந்தார் என்று ஒப்புக் கொள்கிறீர்களல்லவா?

கலிலியோ: ஆனால் நான் மனசாட்சிக்கு விரோதமாக உண்மையை மறைத்தேன்.

அஸகா : ஒரு போதும் அப்படி இல்லை... அதுமட்டுமல்ல நியாயமாக பார்க்கப்போனால் நீங்கள் நிரபராதிதான். உண்மை நிலை என்ன? கோப்பர்நிகஸின் கருத்துகளை திருச்சபை அதிகாரபூர்வமாக தடை செய்யவில்லை. நீங்கள் புத்தகம் எழுதி வெளியிட அனுமதி தரப்பட்டது. அதனால் தான் நான் சொல்கிறேன் உங்களை துன்புறுத்தியது நியாயமல்ல...

கலிலியோ: அப்படி என்றால்?

அஸகா: அதிகாரம்! வரையறுக்கப்படாத அதிகாரம்! அதை அவர்கள் நியாயமின்றி துஷ்பிரயோகம் செய்ததுதான் இப்போது நடந்தவை. ஆனால், இன்று அதைச் சொன்னால் உங்களைப் பிடித்துக் கொண்டு போய் தூக்கிலிடுவார்கள்... நான் ஒன்று மாத்திரம் சொல்ல விரும்புகிறேன். ஏசு கிறிஸ்து இன்று உயிர்த்தெழுந்து வருவாரானால் உங்களை மாத்திரமே சொர்க்கத்திற்கு அழைத்துப் போவார்.

கலிலியோ: அப்படி என்றால் திருச்சபையின் கண்ணோட்டத் திலும் மாற்றங்கள் ஏற்படலாம் என்று தாங்கள் நம்புகிறீர்களா?

அஸகா: அதிலென்ன சந்தேகம். உங்களுடைய கருத்துகள்தான் உண்மையென்றால் வருங்காலத்தில் திருச்சபையும் அதை அங்கீகரித்துதானே ஆகவேண்டும். ஆனால் நமக்கு இப்போது பிரச்சினை அதுவல்ல. நான் சொல்வதை கவனமாக நீங்கள் கேளுங்கள். ஒரு அக்னிப்பரீட்சைக்கு ஆளாகி வெளிவந்திருக்கிறீர்கள்; ஆனால் இது போல் உலகில் இனி ஒருவர் பிறப்பதற்கு இன்னும் எத்தனையோ காலங்களாகலாம்! ஆனால் நீங்களோ பாவ புண்ணியங்களைப் பற்றி சிந்தித்து உங்கள் நேரத்தை வீணாக்குகிறீர்கள். வருங்கால உலகிற்கு அது எத்தனை பெரிய இழப்பு.

கலிலியோ: ஆனால் நான் இனி எப்போதும் ஒரு விஞ்ஞானியாக மாற முடியாது.

அஸகா: அதைத்தான் நானும் சொல்கிறேன். வேலையில் உங்களை ஈடுபடுத்திக் கொள்வது, வேலை செய்வது அதுதான் உங்களுக்கு ஒரே மருந்து. திருச்சபைக்கு எதிர்ப்பில்லாத சில அம்சங்கள் விஞ்ஞானத்திலுண்டு, நீங்களே என்னிடம் கூறியிருக்கிறீர்கள். உங்களுக்கு வான இயலைவிட இயந்திரவியலில் மிகுந்த நாட்டமுண்டு என்று.

கலிலியோ: ஆம் அப்படித்தான்; நான் அந்தத் துறையில் எத்தனையோ ஆராய்ச்சிகள் செய்துள்ளேன். என்ன வெல்லாமோ கண்டு பிடித்துள்ளேன். மிகவும் புதிய சித்தாந்தங்கள், தத்துவங்கள், நிரூபணங்கள்...

அஸகா: நீங்கள் அவற்றை எல்லாம் ஒன்று திரட்டி ஒரு புதிய நூல் எழுதுங்கள். ஒரு வேளை நாளைய உலகம் அதனாலேயே உங்களை கூடுதலாக அறிந்து ஆராதனை செய்யக் கூடுமல்லவா? யார் கண்டார்கள்?

கலிலியோ: அதுவும் சரிதான், முற்றிலும் புதிய சிந்தனைகள் ஒளிபெற மார்க்கமின்றி என் மன இருட்டில் கிடந்து உழலும் போது... ஆனால்,

எனக்கு மிகவும் வயதாகிவிட்டது... மட்டுமின்றி ஆயுட்காலம் முழுவதும் வீட்டுக்காவலில் வைக்கப்பட்டுள்ளவன்.

அஸகா: அது தடுப்புக் காவலல்ல என்று உங்களுக்கு தோன்ற ஒரே ஒரு வழியுள்ளது. உங்களை உங்கள் நாட்டிற்கு உடனே அனுப்பி வைப்பது. அங்கு உங்கள் மனத்திற்கு பிடித்த இடத்தில் சூழ்நிலையில் இருந்துகொண்டு உங்கள் சீடர்களுடன் தங்களுக்குப் பிடித்த விஷயங்களைக் குறித்து விவாதிப்பது எழுதுவது தன்னைதானே மீண்டும் விஞ்ஞானத்தில் ஈடுபடுவது. அது உங்கள் துயரம் அனைத்தையும் போக்கிவிடும்.

கலிலியோ: *(யோசித்து நிற்கிறார்)* நான்... முயற்சி செய்கிறேன் ஐயா... முயற்சி செய்கிறேன்.

(திரை)

அரங்கம் பதினைந்து

(மேடையில் கலிலியோ மாத்திரம் இருக்கிறார். மிகமிக வயோதிகமான தோற்றம். கண்கள் முற்றிலும் பார்வை இழந்து விட்டன. கட்டிலில் தலையணைகளை அடுக்கி வைத்து அதன் மீது தலை வைத்து பாதி படுத்தும், பாதி உட்கார்ந்த நிலையிலும் கிடக்கிறார். பக்கத்தில் ஒரு பெண்டுலமும் சில இயந்திரங்களின் உறுப்புகளும் இருக்கின்றன. தனியாக படுத்துக்கொண்டே கைகளினால் ஏதோ செய்து கொண்டிருக்கிறார். கண்கள் தெரியாவிட்டாலும் எல்லாவற்றையும் ஒன்றிணைத்து ஏதோ செய்வதற்கு முயன்று கொண்டிருக்கிறார். செய்ய இயலாமல் போனாலும் மறுபடியும், மறுபடியும் அதைச் செய்ய வெகு நேரமாக முயற்சியில் ஈடுபட்டுள்ளார் என்பது தெரிகிறது. கொஞ்ச நேரம் ஏதேதோ செய்த பின்னர் இடையில் 'டக் டக்' என்று ஒலி கேட்கிறது. அதைக் கேட்ட அவர் முகத்தில் புன்னகை தவழ்கிறது. பெண்டுலத்தை பிடித்து ஆட்டும் போது ஒரு சக்கரம் சுழல்கிறது. அந்த சக்கரம் சுற்றும் போது கூடவே ஒரு முள்ளும் சுற்றுகிறது. அவர் உடனே... ஆனந்தப்படுகிறார்.

கலிலியோ: விவானி, இங்கு ஓடிவா...

கலிலியோ இப்பொழுது பேசுவதெல்லாம் மரணப்படுக்கையில் இருக்கும் ஒரு கிழவனுடைய குரலில் ஒலிக்கிறது. கஷ்டப்பட்டு, நிறுத்தி தீன குரலில் தான் பேசுகிறார். வாலிபப் பருவத்தை நெருங்கிக் கொண்டிருக்கும் ஒரு அழகிய இளைஞன் ஓடி வந்து)

விவானி: கடைசியாக அதைக் கண்டு பிடித்து செய்து விட்டீர்களா! ஆச்சரியம்தான்!

கலிலியோ: ஆம் விவானி, அதை சாதித்து விட்டேன். கண்கள் தெரியாவிட்டாலும் எப்படியும் செய்வது என்று கருதினேன். இந்தப் பல் சக்கரங்களையும் மற்றவற்றையும் செய்து தந்த கொல்லன் இதனால் என்ன செய்ய முடியும் இன்று எண்ணியிருப்பான் (சிரிக்கிறார்) ஒரு பெண்டுலத்தின் அசைவினால் ஒரு முள்ளைச் சுற்ற வைக்க முடியுமென்பது தெளிவாகி விட்டது. நாளை யாராவது இந்த உண்மையை வேறு சந்தர்ப்பங்களிலும் பயன்படுத்திக் கொள்ளமுடியும் (அதிகமாக பேசியதால் மூச்சிவிடத் திணறுகிறார். கூடவே சிரித்துக் கொள்கிறார்) நான் ஆரம்பித்ததே ஒரு பெண்டுலத்திலிருந்து தான் விவானி.

விவானி: ஓ! அந்தக் கதை நான் அறிவேன். பீசா ஆலயத்தில் கோபுரத்தில் ஆடிக் கொண்டிருக்கும் மணியைப் பார்த்து கலிலியோ என்ற சிறுவன் ஒரு வினாடியில் அவன் மனதில் எத்தனை அகலத்திற்கு பெண்டுலம் ஆடினாலும் ஒரு முழுமையான அதன் ஆட்டத்திற்கு எடுக்கும் நேரம் ஒரே அளவுதான் என்ற கணக்கு உதித்த கதையும் நானறிவேன். நாடித்துடிப்பு பிடித்துப் பார்த்து நேரம் நிர்ணயித்த கதை. -

(விவானி சொன்ன கதைகள் கேட்டு சிரிக்கிறார். வயது சென்ற மனிதன் தனது பழைய கால நினைவுகளில் மூழ்கும் போது தோன்றும் களங்கமற்ற சிரிப்பு, மகிழ்ச்சி நிறைந்த சிரிப்பு) ஐயா, நான் உலகில் இன்றுவரைக் கண்டுபிடிக்கப்பட்டுள்ள கணக்குகளை எல்லாம் படித்து முடித்தபோது, இனி மேலும் ஏதாவது கற்றுக் கொள்ள வேண்டுமானால், அது உங்களுடைய மாணவனாக ஆனால் தான் முடியும் என்று சொல்லி என் தந்தை என்னை உங்களிடம் அனுப்பிய போது... அந்த கதைகளை எல்லாம் சொல்லியிருக்கிறார்.

(கலிலியோ சோர்வுற்று) படுத்திருக்கிறார். அவரது கடந்த கால சம்பவங்களை கண்முன் கொண்டு வந்து பார்த்து சிரித்துக்கொண்டே தன் சிந்தனைகளிலேயே ஆழ்ந்து போய் இருக்கும் போது ஒரு சேவகன் வந்து "உங்களுக்கு ஒரு பார்சல்" என்று சொல்லி ஒரு பொட்டலத்தைக் கொடுத்துச் செல்கிறார்.

கலிலியோ: அதைப் பிரித்துப் பார் விவானி.

விவானி: ஓ! உங்கள் புதிய புத்தகத்தின் பிரதியல்லவா?

கலிலியோ: விவானி சப்தமாக சொல்லாதே... இதன் கையெழுத்துப் பிரதியை நான் ரகசியமாக பாரிசிற்கு அனுப்பி இதை அச்சாக்க முடிந்தது, எங்கே? புத்தகத்தை என் கையில் கொடு.

(விவானி புத்தகத்தை கலிலியோவின் கையில் கொடுக்கிறார். கலிலியோ உணர்ச்சிவசத்துடன் புத்தகத்தை வாங்கி மடியில் வைத்துக் கொள்கிறார். ஒரு குழந்தையை வருடுவது போல் புத்தகத்தை வருடுகிறார். எடுத்து முத்தமிடுகிறார்.)

கலிலியோ: எனது கடைசிப் படைப்பு! மகனே உன்னை என் கண்ணால் பார்க்க முடியவில்லையே... (புத்தகத்தை திறந்து பக்கங்களை கைகளால் தடவி திருப்திபடுகிறார்.)

விவானி: இதில் திருச்சபைக்கு எதிராக எதுவுமில்லையா?

கலிலியோ: இல்லை விவானி! நீ இங்கு வரும் முன்பு நான் இதை எழுதி முடித்து கையெழுத்துப் பிரதியை வெளியே அனுப்பினேன். இத்தாலியில் இனி யாரும் நான் எழுதும் எதையும் பிரசுரிக்க தைரியமாக முன்வரமாட்டார்கள் அல்லவா!

விவானி: இது...

கலிலியோ: எனது "நவீன விஞ்ஞானம்" என்ற இலக்கியப் படைப்பு அறிவியலில் ஒரு புரட்சியை நிகழ்த்தும் படைப்பு இது. பொருட்களின் அசைவு - சலனம் குறித்தும், வேறு சில புது கருத்துகளும் இதில் எழுதியுள்ளேன் விவானி.

விவானி: இதைக் குறித்து தானே உங்களுக்கு ஏராளமான பாராட்டுக்கள் வந்தன!

கலிலியோ: ஆமாம்... மகனே... புத்தகம் ரகசியமாகவே கொண்டு வரவேண்டியதிருந்ததால் இத்தனை காலதாமதம், இதில் மதத்திற்கெதிராக எதுவுமில்லை; இருந்தாலும்...

(விவானி கேள்விக்குறியுடன் கலிலியோவைப் பார்க்கிறான்).

கலிலியோ: அதைவிட ஆபத்தான கருத்துகள் இதில் இருக்கிறது. உண்மையான விஞ்ஞான அணுகுமுறை என்றால் என்ன என்பது குறித்தும் பழைய கருத்துகளை அப்படியே ஏற்றுக்கொள்ளாமல் சுயமாக சிந்திப்பது எப்படியென்றும்... (யோசிக்கிறார் உடலில் ஏதோ வேதனை என்பது தெரிகிறது) ஓ! வலி அதிகமாக இருக்கிறது. எலும்புகள் முறிக்கப்படுவது போல் வலி. கொஞ்சம் ஓய்வு எடுத்துக் கொள்கிறேன். (நன்றாக படுத்துக் கொள்கிறார். படுத்துக்கொண்டே) விவானி என் நிலைமை இன்னும் மோசமாகிவிட்டால். அதற்குள்... நீ ஒரு காகிதம் கொண்டு வா... ஒரு கடிதம் எழுத வேண்டும் சொல்கிறேன்... இனி அதற்கும் முடியாமல் போய்விட்டால் என்ன செய்வது.

(விவானி காகிதம் கொண்டு வந்து கடிதம் எழுத தயாராக உட்கார்ந்திருக்கிறான். கலிலியோ சொல்லிக் கொண்டிருக்கிறார். ஒவ்வொரு வார்த்தையும் சிரமத்துடன் சொல்கிறார். இடையில் சொல்லமுடியாமல் நிறுத்துகிறார். சில சமயங்களில் பாதி உணர்வுடன் இழுத்து இழுத்துச் சொல்கிறார்.)

'ஸீனா'வின் ஆர்ச் பிஷப்பான எனது பிரியமுள்ள நண்பன்... திரு அஸகானியோ சமூகத்திற்கு அறிய வேண்டுவது... அறிய வேண்டியது. எழுதிவிட்டாயா விவானி... நான் கடைசி படுக்கையில் வீழ்ந்துவிட்டேன். எனக்கு கண்பார்வை இல்லாமல்... ஆகி... எத்தனையோ காலமாகி விட்டது... இந்த வானமும்... வானமும்... நட்சத்திரங்க ளும் நட்... சத்... தி... ங்...க...ளும் பிரபஞ்சம் முழுவதும்... (பார்வை இழந்த கண்களால் பார்க்க முடியும் என்பது போல் வானத்தை அண்ணாந்து பார்த்துவிட்டு தலையைக் குனிந்து துயரத்துடன் படுத்துக்கொண்டே மீண்டும் தொடர்கிறார்.)

ஆம் பிரபஞ்சம் முழுவதையும்... எனது தொலைநோக்கியின் மூலம்... பல்லாயிரம் முறை பார்த்தேன்... பார்த்தேன்... பார்த்து... ஹா... ஆனந்தப்பட்டேன்... அங்கு அதிசயங்களைக் கண்டேன்... எனது அந்தக் கலிலியோவின்... கண்களுக்கு... இன்று பார்வையில்லை... குருடாகிவிட்டேன். (துயரமிகுதியால் ஒரு நிமிடம் பேசாமல் படுத்திருக்கிறார்)... உலகம்... இத்தனை பெரிய உலகம்... குறுகிக் குறுகி... எனக்கு மிகவும் சின்னதாகப் போய்விட்டது அது என்னுள்ளே வந்துவிட்டது போல்... (கொஞ்ச நேரம் பேசாமலிருந்துவிட்டு) புதிய படைப்பு... "நவீன விஞ்ஞானம்" இப்புத்தகத்தை... நான் தொட்டுப் பார்த்தே... திருப்திப்பட வேண்டிய நிலை எனக்கு ஏற்பட்டுவிட்டதே... (கொஞ்ச நேரம் பேசாமலிருக்கிறார்... உணர்வற்றவர் போல் கிடக்கவே விவானி - "ஐயா, உங்களுக்கு என்னவாயிற்று? என்று கேட்டதும் திடுக்கிட்டு விழித்துக் கொள்கிறார்."

...எழுதி விட்டாயா... விவானி என்று கேட்டுக் கொண்டு மேலும் தொடர்கிறார்) எனது பார்வை முழுவதும் இல்லாமல் ஆவதற்கு முன்... கொஞ்ச நாட்களுக்கு முன்னர்... சந்திரனும்... தினம் இயங்கிக் கொண்டிருக்கிறது என்று கண்டுபிடித்தேன்... விவானி சரியாக எழுதுகிறாயா? எனது அன்பான நண்பனே... நீங்கள் எனக்கு கூறிய அறிவுரைகள் எத்தனை சரியாக இருக்கிறது.

மீண்டும் நான் எனது விஞ்ஞானத்தில் ஆழ்ந்து விட்டேன். நான் எனது துன்பங்களை மறந்தேன். வருங்கால தலைமுறைக்காக, நீங்கள் கேட்டுக் கொண்டபடி... நான் 'நவீன விஞ்ஞானமும்' எழுதி பிரசுரிக்கச் செய்தேன்... முடிவாக கண்பார்வை இழந்தும்... நான் பெண்டுலத்தின் அசைவையும்... இயந்திரத்தில் புகுத்தினேன்... (பேசாமலிருக்கிறார். ஒரு நிமிடம்... பின்னர் தொடர்கிறார்) எனது தோழனே! இனி... இனிமேல் நான் அதிக நாட்கள் இருக்கப்போவதில்லை. அடிக்கடி நினைவு இழந்து விடுகிறேன். இல்லை உணர்வுகுன்றி போகிறது... மரணம் இங்கேயோ எங்கேயோ ஒளிந்து கொண்டிருக்கிறது... மரணம் என்னை... இல்லை... இல்லை

எனது நண்பன் கில்பர்ட்டை... கொண்டு போய்விட்டது... நானும் புறப்படுகிறேன்.... (சற்று நேர மவுனம் பின்னர் தொடர்கிறார்) இறப்பதற்கு முன் எனக்கு இரண்டு ஆசைகள்... அவை நிறைவேற வேண்டும். அவை இரண்டும் நிறைவேறாமலே நான் இறந்து விடுவேனா... (நா தழுதழுக்க துக்கம் மேலிட கண்களை மூடிக் கொண்டிருந்துவிட்டு மீண்டும் சொல்கிறார்.) எனது 'டயலாக்' எனது ஒதுக்கப்பட்ட வாரிசு 'டயலாக்' ஒருமுறை எடுத்து என் மடியில் வைத்து... தொட்டுப் பார்த்து... உலக முழுவதும் அதை எல்லோரும்

படிக்கும் போது... படித்து விட்டு என்னைப் பாராட்டி எனக்கு எழுதிய கடிதங்கள்... விவானி படித்து என்னை கேட்கச் செய்யும் போது... இந்த கிழவனுக்கு அதைத் தொடுவதற்கு கூட உரிமையில்லையே என்று நினைக்கும் போது... என்னால் அதை பொறுக்க முடியவில்லை *(ஏங்கி அழுகிறார்) அதைப் பார்த்து விவானிக்கு தொண்டைக்குழி ஏறி இறங்குகிறது. கண்ணீர் வடிகிறது. கொஞ்ச நேர அமைதிக்குப் பின் மீண்டும் தொடர்கிறார்.)*

இரண்டாவதாக... இந்த வீட்டு காவலிலிருந்து எனக்கு விடுதலை கிடைத்துவிட்ட சேதியைக் காதால் கேட்க வேண்டும். தானாக எழுந்திருக்க முடியாமல் போனாலும்.... நான் ஒரு சுதந்திர மனிதனாக இருந்தேன் என்ற ஒரு அபிலாஷைக்காக... *(அழுகிறார். அழுதுகொண்டே)* எனக்கு கிடைக்கும் என்பது... கிடைப்பது என்பது... *(தொடர்ந்து சொல்ல முடியாது நிறுத்தி பின்னர் மெல்ல* மரணத்தில்தான் சாத்தியம்... மரணம்கிட்டே நெருங்கி வருவதை எதிர்நோக்கி... மரணம்... என்னை இந்த காவலிலிருந்து... விடுவிப்பதற்காக காத்திருக்கும் நான் நா... நா... நான்... நா

(விவானி தன் கண்களைத் துடைத்துக்கொண்டு கலிலியோவைப் பார்க்கும் போது அவர் கண்களை மூடிக்கொண்டு அடுத்த விஷயம் சிந்திக்கிறார்... கன்னங்களில் கண்ணீரின் அடையாளம்... உணர்விழந்து போகிறார். நிலைமை மேலும் மேலும் மோசமடைகிறது. சோகத்தை குறிப்பிடும் சூழ்நிலையும் சோக கீதமும் கேட்கிறது.)

(திரை)

அரங்கம் பதினாறு

கலிலியோவின் கல்லறை,

கலிலியோ கலிலி

பிறப்பு: 1564

இறப்பு: 1642

என்று எழுதப்பட்டுள்ள அழகிய கல்லறை. கல்லறையின் முன்னால் ஒருவர் சிரம் தாழ்த்தி வணங்கி தனது அஞ்சலியை செலுத்திக்கொண்டு நிற்கிறார். அவரது முதுகு பக்கம்தான் தெரிகிறது. அவர்மெதுவாகத் திரும்பிப் பார்க்கிறார். அது வேறு யாருமில்ல விவானிதான். ஆனால், அன்றைய இளைஞன் அல்ல இன்று ஒரு வயது முதிர்ந்தவன். சுமார் எழுபது வயது இருக்கும். இருந்த போதும் பழைய முகச்சாயல் தெரிகிறது.)

விவானி: (உணர்ச்சி பொங்க) ஐயா.... தங்களது கடைசி காலத்தில் தங்களுக்கு பணிவிடை செய்யவும் தங்களது மாணவனாக இருக்கவும் கொடுத்து வைத்த அதிர்ஷ்டசாலி இந்த விவானி. இந்த மயானத்தில் ஏகந்தமாயிருக்கும் உங்களை எந்த துன்பமும் அணுக முடியாதல்லவா என நினைக்கும்போது... இங்கே நீங்கள் பரிபூர்ண சுதந்திர மனிதன் என்று நினைக்கையில் எனக்கு ஆறுதலாக இருக்கிறது.

(நீளமான தலைமயிரும் ஆரோக்கியமும் இனிமையும் தளும்பி நிற்கும் முகத்துடன் ஒரு ஆஜானுபாகுவான நடுத்தர வயதுள்ள ஒருவர் கையில் ஒரு மலர் வளையத்துடன் மேடையில் வருகிறார்.)

ஆகதன்: நீங்கள் சொன்னது முற்றிலும் சரிதான். நவீன விஞ்ஞானத்திற்கு புது வழி காட்டிய இந்த மகாபுருஷனுக்கு பணிவிடை செய்யும் பாக்கியம் உங்களுக்கு கிடைத்ததே என நினைக்கும் போது எனக்குப் பொறாமையாக இருக்கிறது. (விவானி திடுக்கிட்டு திரும்பிப் பார்க்கிறார்)

விவானி: தாங்கள்...

ஆகதன்: நான் வெகு தூரத்திலிருந்து இங்கிலாந்திலிருந்து வருகிறேன். என் பெயர் நியூட்டன்.

விவானி: யார்...? மிக பிரபல்யமானவர், ஐசக் நியூட்டனா? **நியூட்டன்:** ஆம்... சகோதரா, ஏன் நம்ப முடியவில்லையா?

விவானி: நீங்கள் இங்கு வரக் காரணம்?

நியூட்டன்: என் மூலமாக கலிலியோ இன்னும் உயிரோடிக்கிறார்...

கலிலியோ | 63

விவானி: நீங்கள் என்ன சொல்கிறீர்கள்?

நியூட்டன்: (பெருமையுடன்) மைக்கேல் ஏஞ்சலோ இறந்த அன்றுதான் கலிலியோ பிறந்தார். அவர் இறப்பதற்கு முன்னர் ஒரு நாள் "நான் இறக்கும் தினத்தில் எனக்குப் பதில் யார் பிறப்பார்கள்?" என்று கேட்டார். இதை ஒரு அதிசயம் என்றுதான் சொல்ல வேண்டும். அன்றைய தினம்தான் நான் பிறந்தேன்.

விவானி: நம்பவே முடியவில்லை!

நியூட்டன்: ஆனால் அதுதான் உண்மை. சிறுவயதில் எனக்கும் அது தெரியாமலிருந்தது; நான் கொஞ்சம் வளர்ந்து பெரியவன் ஆனதும் நான் அதைத் தெரிந்து கொள்ள நேர்ந்தது... காலப்போக்கில் நான் அவரது விருப்பங்கள் நிறைவேற்றவும் செய்தேன்.

விவானி: எந்த விருப்பங்களை...

நியூட்டன்: அவர் கடைசியாக வெளியிட்ட "நவீன விஞ்ஞானம்" என்ற புத்தகத்தில் குறிப்பிட்டுள்ள கருத்துகளைத்தான் எனது இயக்கத்தின் கோட்டுப்பாடுகளுக்கும் மற்றும் சில சித்தாந்தங்களுக்கும் அடிப்படை (சிந்தனையுடன் நின்று கொண்டிருக்கிறார்).

ஆனால்...

விவானி: ஏன் நிறுத்திவிட்டீர்கள்?

நியூட்டன்: நான் பெயரும் புகழும் பெற்றேன். ஒரு மனிதனுக்கு கிடைக்க வேண்டிய எல்லா அந்தஸ்தும் கிடைக்கப் பெற்றேன். நான்

ஒத்துக்கொள்கிற விஞ்ஞான உண்மைகளை எழுதவும் பேசவும் எனக்கு தடையேதும் கிடையாது. ஆனால், அவரோ எத்தனையோ தடைகளுக்குமிடையே...

விவானி: அதைக் குறித்து இப்போது நாம் வருந்தி என்ன பயன்?

நியூட்டன்: நீங்கள் சொல்வது உண்மையே... எந்தக் காலத்திலோ நடந்தவற்றை இப்போது கூறுபோட்டு யார் யார் குற்றவாளிகள் என்று கண்டுபிடித்துதான் ஆகப்போவது என்ன? ஆயினும் எல்லாவிதமான சுதந்திரங்களையும் அனுபவிக்கிற இன்றைய தலைமுறை கலிலியோ வகுத்த பாதையை புரிந்துகொள்ள வேண்டும். அதிலிருந்து அவர்களும் வீராவேசம் கொள்ள வேண்டும்.

(உணர்ச்சியும் மதிப்பும் மேலிட மலர்வளையத்தை கல்லறையில் வைத்து அஞ்சலி செலுத்துகிறார்.)